വാഴ്‌വിന്റെ പാപഭാരം

INSIGHT PUBLICA®

Nadakkavu, Kozhikode, Kerala, 673011
www.insightpublica.com
e-mail: insightpublica@gmail.com
Title: **Vazhvinte Papabharam**
Author: **Cinasha**
First Edition: April 2024

Printed and Published by
InsightinPublica Printers & Publishers Pvt. Ltd.
ISBN978-93-5517-637-0
₹189

വാഴ്വിന്റെ പാപഭാരം

സിനാഷ

INSIGHT PUBLICA

സിനാഷ

ജനനം 2007 ഒക്ടോബർ 29. കാഞ്ഞങ്ങാട് ജി എച്ച് എസ്സ് എസ്സ് ബല്ല ഈസ്റ്റ് പതിനൊന്നാം ക്ലാസ്സ് വിദ്യാർത്ഥിനി. അച്ഛൻ ശ്രീകുമാർ, അമ്മ സ്മിത. പ്രസിദ്ധീകരിച്ച പുസ്തകങ്ങൾ-The Mysterious Forest, Song of the River, A Girl and the Tigers, പൂവണിയുന്ന ഇലച്ചാർത്തുകൾ, കടലിന്റെ രഹസ്യം, ഒരു തളിരിലയും ഒരു തുള്ളി നിലാവും, ചെമ്പനീർപ്പൂക്കൾ, കാട്ടും കനവും, പച്ചനിറമുള്ളവൾ (നോവലുകൾ), വസന്തം എന്ന പെൺകുട്ടി, എന്നെ വിശ്വസിക്കരുത്, മഷിയുടെ അനാട്ടമി, വാഴ് വിന്റെ പാപഭാരം, കാലിഗ്രാഫി (കവിതാസമാഹാരം) സിനാഷയുടെ പുസ്തകം (നിരൂപണം)

അംഗീകാരങ്ങൾ

കേരള സർക്കാർ ഉജ്വലബാല്യം പുരസ്കാരം 2020, റോയൽ കോമൺവെൽത്ത് സൊസൈറ്റി കോമൺവെൽത്ത് ഗോൾഡ് അവാർഡ് - (QCEC 2021) ഇംഗ്ലീഷ് കവിതയ്ക്ക്, എൻ എൻ കക്കാട് അവാർഡ് 2021, ഭീമ സ്വാതികിരൺ ബാലസാഹിത്യ പുരസ്കാരം 2022 (ഒരു തളിരിലയും ഒരു തുള്ളി നിലാവും എന്ന നോവലിന്), പി വി കെ കടമ്പേരി അവാർഡ് 2022 (സമഗ്ര സാംസ്കാരിക സംഭാവനയ്ക്ക്), മുല്ലനേഴി ട്രസ്റ്റിന്റെ വിദ്യാലയ കാവ്യപ്രതിഭാ പുരസ്കാരം 2022, മാധ്യമം കഥാ പുരസ്കാരം 2022, സമസ്തകേരള സാഹിത്യപരിഷത്ത് സാഹിത്യ പുരസ്കാരം (2022) കഥ, കവിത എന്നിവയ്ക്ക്, ടി വി കൊച്ചു ബാവ സ്മാരക കഥാ പുരസ്കാരം 2022, മഹാകവി ഉള്ളൂർ സ്മാരക കവിതാ പുരസ്കാരം 2022, കലാമുദ്ര പേരാമ്പ്ര സാഹിത്യ പ്രതിഭാ പുരസ്കാരം 2022, ദേശാഭിമാനി അക്ഷരമുറ്റം സംസ്ഥാന മെഗാ ഫൈനൽ 2022 ലും 2023 ലും കവിതയിൽ ഒന്നാം സ്ഥാനം, ലെനിൻ ഇറാനി കവിതാ പുരസ്കാരം 2022, കിനാലൂർ കേളുട്ടി മാസ്റ്റർ സ്മാരക കവിതാപുരസ്കാരം 2022, സംസ്ഥാന സ്കൂൾ കലോത്സവം 2023 ലും 2024ലും കവിതാ രചനയിൽ എ ഗ്രേഡ്, സംസ്ഥാന സ്കൂൾ കലോത്സവം 2023 ൽ മലയാളമനോരമ സാഹിത്യ പ്രതിഭ സ്വർണ്ണമെഡൽ, വയനാട് പെരിക്കല്ലൂർ ഗവൺമെന്റ് ഹയർസെക്കണ്ടറി സ്കൂൾ സാഹിത്യ വേദി കവിതാ പുരസ്കാരം 2023, ഏറ്റവും കൂടുതൽ പുസ്തകങ്ങൾ പ്രസിദ്ധീകരിച്ച ഇന്ത്യൻ കൗമാരം എന്ന ഇന്ത്യ ബുക്ക് ഓഫ് റെക്കോഡ്, പി ജെ ആന്റണി ഫൗണ്ടേഷൻ അഖില കേരള ഗാന രചനാമത്സരം 2023 ൽ ഒന്നാം സ്ഥാനം, പാലക്കാട് പ്രവാസി സെന്റർ സർഗ സമീക്ഷ കവിതാപുരസ്കാരം 2023, കേന്ദ്ര ജി എസ് റ്റി വകുപ്പിന്റെ കവിതാ പുരസ്കാരം 2023, കഴിമ്പ്രം ജനകീയ സാഹിത്യ വേദി കുഞ്ഞുണ്ണിമാസ്റ്റർ സ്മാരക കവിതാ പുരസ്കാരം 2023, കൊൽക്കത്ത മലയാളി സമാജം തുഞ്ചൻ സ്മാരക ട്രസ്റ്റുമായി ചേർന്ന് നൽകുന്ന തുഞ്ചൻ സ്മാരക കവിതാ പുരസ്കാരം (2023), കെ എൽ 44 സാഹിത്യ വേദിയുടെ പ്രത്യേക ജൂറി കവിതാ പുരസ്കാരം 2023 വസന്തം എന്ന പെൺകുട്ടിക്ക്. സംസ്ഥാന സർക്കാർ ശിശുക്ഷേമ സമിതിയുടെ ഒ.എൻ.വി സാഹിത്യ പുരസ്കാരം 2023 (ചെമ്പനീർ പൂക്കൾ എന്ന നോവലിന്).

വിലാസം:

ഇന്ദ്രവല്ലരി, നെല്ലിക്കാട്ട്, കാഞ്ഞങ്ങാട്

ബല്ല (തപാൽ), കാസറഗോഡ് ജില്ല, പിൻ: 671531

ഫോൺ: 9497842169, email: cinashabom@gmail.com

കവിതകൾ

ഉള്ളടക്കം

കടൽ

ഹൃദയത്തിലൊരു കാട്ടും
കൈകളിലൊരാകാശവുമായി
നീയെന്റെ
ചാരത്ത് വരുന്നു.
എന്റെ ഓർമകളിൽ പോലും
ഗ്ലൗക്കസ് പുരട്ടി
മടങ്ങുമ്പോൾ
എന്റെ കാൽച്ചുവട്ടിലെ ഭൂമിയും
നീ
വലിച്ചുകൊണ്ടുപോകുന്നു.
പാതിയുറക്കത്തിൽ നിന്നും
മെല്ലെ എത്തിനോക്കുന്ന
നക്ഷത്രങ്ങളുടെ മാത്രം
കൂട്ടുമായി
ഞാനിവിടെത്തന്നെ നിൽക്കും.
ആത്മാവിലെ മിന്നലുകൾ
കാലുകളിൽച്ചുറ്റി
നീയെന്നെയും വലിച്ചുകൊണ്ടുപോകുംവരെ.

ഗോൾകീപ്പർ

ഉയർന്നുചാട്ടുമ്പോൾ
മുടിയിഴകളിൽ പടരുന്ന കാറ്റിന്
കരിയും പുകയും കൊണ്ട് കറപിടിച്ച
പഴയ ആകാശത്തിന്റെ മണം.
പന്തിന്റെ മിടിപ്പിനെ ഹൃദയത്തിലേന്തി
ഭൂമിയിലേക്കു മുഖമമർത്തുമ്പോൾ
അതിരുകൾ കനത്തു പൊള്ളി
മൈതാനത്തിന് തികഞ്ഞ മൗനം.
ആരവങ്ങളുടെ ലോകം
സുവർണ ബൂട്ടുകളെ പിന്തുടരുമ്പോൾ
നുറുങ്ങുന്ന അസ്ഥികളിൽ
ആശ പുരട്ടി ഉയിർത്തെഴുന്നേറ്റ്
കനവു തുന്നിയ വല കാക്കാൻ
പിന്നെയുമവൾ തനിച്ചു നിൽക്കുന്നു.

അയ്ഫൂനയ്ക്ക്*

ഒഴിഞ്ഞ
താളുകളിൽ
പൂക്കൾ
കൊണ്ടൊരു
കവിത.
ഇതളുകൾ
അടർന്നുവീണിടത്തൊക്കെ
വെയിലിറങ്ങിയ
ഓർമ.
നിന്റെ
വാക്കുകൾക്കെന്നും
പൂമണം.
വേരുകൾ
വസന്തത്തോട്ട
കൂട്ടുകൂടിയതു പോലെ.

---

*പ്രിയസുഹൃത്താണ് അയ്ഫൂന.

ഉയിർപ്പുപാട്ട്

പിറപ്പിന്റെ കാട്ടുവഴികളിലത്രയും
മരിച്ചവരുടെ മുളകൾ തഴച്ച് തഴച്ച്
ആകാശം ഇടതുർന്നതുകൊണ്ടാവണം
അവളുടെ വരണ്ട ചുണ്ടുകളിൽ
പണ്ടേ പാട്ടിറ്റിനിന്നത്.
കാട്ടുമിടിപ്പുകൾ ചുരുണ്ടുകൂടിയ
അവളുടെ ഹൃദയത്തെ
ചുറ്റിച്ചുറ്റിപ്പൂത്ത വള്ളികൾക്കുപോലും
പാട്ടിന്റെ തുടിപ്പ്... ചവർപ്പും.
ചവർക്കുന്ന വരികളിൽ
ഞാവൽക്കറ പുരണ്ട് നീലിച്ച്
ഒരു കാട് മുളച്ചുപൊന്തിവന്നതാവാം.
മണ്ണ് വീണ് തുടുത്ത ഈണങ്ങളും
കാട്ടുചോലക്കരയിലിരുന്ന്
ഓളങ്ങളെടുത്ത് ചുറ്റുന്ന രാപ്പകലുകളും
ഊർന്നൂർന്നുവീഴുന്നത്
അവളുടെ കൈക്കുറപ്പിലേക്കാണ്.
ചിതറിയ മഴകളിലൊക്കെയും
അവളുടെ കാൽപ്പാടുകൾ കാണാം.
പിന്നെയും പാട്ടിന്റെ ഉറവകൾ പൊട്ടി
അവളിത്തിരികൂടി
കാട് പോലെ.

മഞ്ഞച്ചെക്കൻ

നട്ടുച്ചയ്ക്ക്
വേനലിന്റെ മഞ്ഞ ഹൃദയം പൊട്ടി
മാന്തണലാകെ പഴപ്പൊലിച്ചു.
വക്കത്തെ കുറ്റിക്കാട്ടില്
ഓന്റെ വായിലേക്കാരോ
ഒരു ചീഞ്ഞ മാങ്ങാക്കാലം
ഒന്നാകെ ഉന്തിക്കയറ്റി.
ചിറകെല്ലാം മഞ്ഞച്ചുപോയ
ഏതോ ഒരു കിളി
മാങ്കൊമ്പിൽ നിന്നും പിടഞ്ഞു പാറി.
ഓൻ കരഞ്ഞപ്പൊ
വെയിലിന്റെ കാതടഞ്ഞുപോയി.
കാറ്റ് ഇടവഴികൾ കടന്ന് പാഞ്ഞു.
താഴത്തെ തോട്ടിൽ നിന്നും
രണ്ട് മഞ്ഞ മീനുകൾ
ഉണ്ടക്കണ്ണു മിഴിച്ച് എത്തിനോക്കി.
ഓന്റെ തലയ്ക്കുള്ളിൽ
മാവിന്റെ വേരുകൾ പടർന്നു.
ഓന് നിഴലില്ലാതായി.
മുറിഞ്ഞേടത്തുന്നിന്നെല്ലാം
മാങ്ങാച്ചാറ് കിനിഞ്ഞു.
വേദനയ്ക്കെന്തോ...
ഒരു ചീഞ്ഞ മണം.

അവൾടെ ലോകകപ്പ്

പൊകയുന്ന സൊപ്നങ്ങൾടെ
വേദനിക്കുന്ന ചിരികളിലൂടെ
പന്തിന്റെ പിന്നാലെ പായും.
പൊള്ളുന്ന അതിരിന്റെ
താഴത്തെ ഇരുട്ടില്
ഒരു കളിപ്പാതിരയെ
മെല്ലെ കത്തിച്ചുവെക്കും.
കാല് തളരുമ്പൊ
വീണുപോവാതിരിക്കാൻ
ഉള്ളിലെ മൈതാനത്തിന്റെ മേളിലെ
ആകാശത്തിമ്മേ പിടിക്കും.
കെതപ്പ് കൊണ്ട്
നെഞ്ച് പൊട്ടുമ്പോഴും
പന്തിനകത്ത് ശ്വാസം നെറച്ച്
അവള് ചിരിക്കും.

വട്ടം

ഈ പ്രപഞ്ചം
വട്ടത്തിലാണ്.
ഭൂമിയിൽ തുടങ്ങിയാൽ
ഭൂമിയിൽത്തന്നെ തിരിച്ചെത്തും.
നക്ഷത്രങ്ങളിൽ തുടങ്ങിയാൽ
എവിടെയുമെത്തുകയുമില്ല.
വട്ടത്തിനുള്ളിലേക്ക്
വീണുപോകുന്നതുകൊണ്ടാണ്
ചില സ്വപ്നങ്ങൾക്കു മാത്രം
മേൽവിലാസമില്ലാത്തത്.
ചില ചിരികൾക്കു മാത്രം
വെളിച്ചമില്ലാത്തതും.
വട്ടം വട്ടമായി
വരച്ചുനിറച്ചതുകൊണ്ടാണ്
അതിർത്തികൾക്കിത്രമേൽ
കനം വെച്ചത്.
വട്ടത്തെ ഒതുക്കിപ്പിടിക്കുന്നതിൽ
തോറ്റുപോയവരൊക്കെയും
കാലത്തിന്റെ പിൻവരാന്തയിലാണ്
മരിച്ചുകിടക്കുന്നത്.
എന്നിട്ടുമെന്തുകൊണ്ടാണ്
നൊന്താലുയിർക്കുന്ന
ചില കവിതകൾ മാത്രം
ഒരിക്കലും വട്ടത്തിലാവാത്തത്?

ആകാശമില്ലാത്ത ഒരു യുദ്ധകാല പ്രണയം

കഴിഞ്ഞ ശിശിരത്തിലാണ്
കാണാനൊരസ്ഥികൂടത്തെ കണ്ടുമുട്ടിയത്.
അവന്റെ വാരിയെല്ലുകളിലെ
ഓരോ പൊട്ടലിൽ നിന്നും
ചുവന്ന റോസകൾ പൂത്തിറങ്ങിയിരുന്നു.
കൺകുഴികളിൽ
നക്ഷത്രങ്ങൾ വീണുകിടന്നിരുന്നു.
രാവെളുക്കുവോളം
ഞാനവനെ നോക്കിയിരുന്നു.
വിറച്ചുവിറച്ച് ഞാനാ കൈ പിടിച്ചപ്പോൾ
നിഴലുകൾ തോക്കേന്തിയ
ജീവന്റെ ചാരം നാറുന്ന ഒരു ഭൂമിയെ
അവനെന്റെ മുന്നിൽ വിരിച്ചിട്ടു.
കണ്ണുകൾ ഇറുക്കിയടച്ച്
ഞാൻ വെട്ടിത്തിരിഞ്ഞുനടന്നപ്പോൾ
ചുണ്ടുകളില്ലാതെ എന്നെ ചുംബിച്ചു.
നൊന്തുനൊന്ത് കവിത ശ്വസിച്ച്
ഞാനവിടെത്തന്നെ നിന്നു.
അവിടുന്നങ്ങോട്ട്
എന്റെ ആകാശം കാണാതായി.
കൈകൾ കോർത്തുപിടിച്ച്
ഞങ്ങൾ പുകയിലൂടെ നടന്നു...
ശ്വാസമില്ലാതെ.

പത്ത് ഡിയിൽ നിന്നൊരു വിലാപം

ഡിസംബറും മരിച്ചുകഴിഞ്ഞു.
ഇനി ജനുവരി, ഫെബ്രുവരി, മാർച്ച്...
പരീക്ഷ വരുന്നു.
നിങ്ങൾക്ക് ഞങ്ങളെ
വേർതിരിച്ചിരുത്തണം.
മിടുക്കരെല്ലാം പത്ത് സിയിൽ.
രണ്ടാം സ്ഥാനക്കാർ പത്ത് ഡിയിൽ.
പിന്നെയുള്ളവർ പത്ത് ഇയിൽ.
എന്നിട്ടും ബാക്കിയാകുന്നവർ
അങ്ങകലെ
ഭൂമിയുടെ അങ്ങേയറ്റത്ത്
പത്ത് എഫിൽ.
എന്തൊരെളുപ്പം!
എല്ലാം നല്ലതിനുവേണ്ടി.
സംഭവിക്കാൻ പോകുന്നതിനെപ്പറ്റി
നിങ്ങൾക്ക് വല്ലതുമറിയാമോ?
നിങ്ങൾ നക്ഷത്രങ്ങളെ പെറുക്കി
പത്ത് സിയിലിടും.
ആകാശം
പത്ത് ഡിയിൽ എന്ത് ചെയ്യണം?
പത്ത് ഇയിലേക്കും എഫിലേക്കും
തിരമാലകളെ പറിച്ചുമാറ്റുമ്പോൾ

വാഴ്‌വിന്റെ പാപഭാരം

കടലെങ്ങാൻ പിളർന്നുപോയാൽ
നിങ്ങളെന്ത് സമാധാനം പറയും?
നീളൻ വരാന്തയിലൂടെ
തണുത്ത ഭൂമി ഉരുണ്ടുരുണ്ടു പോകും.
ഡെസ്കിൽ തല ചായ്ച്ചുവെച്ച്
ഞങ്ങളത് മിണ്ടാതെ കണ്ടിരിക്കുമ്പോൾ
നിങ്ങളെന്താണ്
ഞങ്ങളെ പഠിപ്പിക്കുക?
വേരുകൾ പടർന്നുമുറ്റി
ക്ലാസ്സ്മുറികൾ ഇടിഞ്ഞുതുടങ്ങുമ്പോൾ
ഞങ്ങളെ നോക്കിച്ചിരിച്ച്
നിങ്ങൾ ഏതുപദേശമാണ് നിവർത്തുക?
തന്റെ ഗ്രെയ്ഡേതെന്ന്
എത്ര ആലോചിച്ചിട്ടും മനസ്സിലാവാതെ
വരാന്തയ്ക്കപ്പുറം
ഒരു കുഞ്ഞുസ്വപ്നം
വഴിതെറ്റി നിന്നെന്നു വരും.
നിങ്ങളതിനെ
ഏത് ക്ലാസിലേക്ക് പറഞ്ഞുവിടും?
എന്തുവന്നാലും ഇറങ്ങിപ്പോകില്ലെന്ന്
പത്ത് ഡിയുടെ ജനലഴിയിൽ
അള്ളിപ്പിടിച്ച കരയുന്ന കവിതയെ
നിങ്ങളെന്തു ചെയ്യും?
നോട്ടെഴുതി വളഞ്ഞ
വിരലുകളിൽ നിന്നും
ഊർന്നുവീഴുന്ന സൂര്യനെ
തിരഞ്ഞുപിടിക്കാൻ
ഞങ്ങൾ മേഘങ്ങളിൽ
മുട്ടു കുത്തുമ്പോഴും
നിങ്ങൾ പാഠങ്ങളും വാരിപ്പിടിച്ച്
ഓടിക്കൊണ്ടേയിരിക്കുമോ...
ഞങ്ങളെ തിരിഞ്ഞുനോക്കാതെ?

സിദക്ക്

ക്ലാസ്മുറിയിലെ പിൻബെഞ്ചിൽ നിന്നും
നമ്മൾ കപ്പൽ കയറിപ്പോയി.
ആകാശത്തിന്റെ കവാടത്തിൽ നിന്നും
നിലാവു നിറച്ചൊരു കുപ്പി
നമുക്ക് കളഞ്ഞുകിട്ടി.
വെളിച്ചം കൊണ്ട് തുന്നിയ
ചിത്രകമ്പളങ്ങളിൽ കയറി
നമ്മൾ അങ്ങുമിങ്ങും പാറിനടന്നു.
നമ്മുടെ കൈകളിൽ
ഇലകൾ, പാട്ടുകൾ.
നീ മണ്ണിനടിയിലെ കടൽ കണ്ടെത്തി.
ഞാൻ കടലിനടിയിലെ ആകാശവും.
നമ്മൾ ആത്മാവിന്റെ അടിവാരത്ത്
ചെസ്റ്റ്നട്ടുകൾ പെറുക്കിനടന്നു.
പിയാനോയിൽ കിടന്നുറങ്ങി.
തിരമാലകളിലേക്കുണർന്നെണീറ്റു.
നമുക്കിനിയും ഈ കപ്പലിൽ
കഥകളുണ്ടാക്കിക്കൊണ്ടിരിക്കാം.
ചിരിച്ചുകൊണ്ട് പാടാം.
മുന്നോട്ടു തന്നെ പറക്കാം.
കാരണം
മരങ്ങൾക്കു പകരം
വാക്കുകൾ മുളച്ചുനിൽക്കുന്ന
ഒരു ഭൂമി
നമുക്ക് സ്വന്തമായുണ്ട്.

ഫെബ്രുവരി രാത്രി

ഫെബ്രുവരി രാത്രി
മഞ്ഞുകട്ടകളടർന്ന്
ഉറങ്ങിക്കിടക്കുന്ന പെൺകുട്ടിയുടെ
സ്വപ്നത്തിലേക്കു വീണു.
മെല്ലെയൊന്നിളകി അവൾ
നക്ഷത്രങ്ങളിലേക്കു തിരിഞ്ഞുകിടന്നു.
ആരും ജീവിച്ചിരിപ്പില്ലാത്ത
കരിനീലത്തെരുവിലെ
നിലാവിന്റെ വരാന്തയിൽ തനിച്ചിരുന്ന്
കൊലപാതകി കവിതകളെഴുതി.
ഇലകളിൽ മുഖമുരുമ്മി
വെളിച്ചം ഒച്ചയില്ലാതെ കടന്നുപോയി.
മലകളിൽത്തട്ടി
ആകാശം പ്രതിധ്വനിച്ചു.
നദിയിലൂടെ ഭൂമിയൊഴുകി.
കാറ്റിന്റെ മുളന്തണ്ടുകൾ
ആഴത്തിലാഴത്തിൽ ശ്വസിച്ചു.
തണുത്ത ജനാലകൾ തുറന്നു.
ഫെബ്രുവരി രാത്രി
കല്ലറകളിൽ മിടിപ്പിറങ്ങി.
പൂക്കളുടെ താഴ്‌വരയിലൂടെ
വാക്കും വാഴ്‌വുമുലച്ച്
ആരോ അങ്ങനെ നടന്നുപോയി.

ഹൈവേ ഹിപ്നോസിസ്*

നിന്റെ കണ്ണുകൾക്ക്
ആകാശത്തിന്റെ നിറമാണ്.
എന്റെ കൈകൾക്ക്
കവിതയുടെ മണവും.
അസ്തമയം തുളുമ്പിവീണ്
കാറൊന്നാകെ ചുവന്നു.
വെളിച്ചത്തിന്റെ വരകൾ വീണ
നീളൻ റോഡിലൂടെ
നമ്മൾ പറന്നുകൊണ്ടിരുന്നു.
തെരുവുവിളക്കുകൾ
ചില്ലു തകർത്ത്
പിൻസീറ്റിൽ കയറിയിരുന്നു.
കത്തുന്ന ചുണ്ടുകളിൽ
ഗിറ്റാറിന്റെ മുറിവുകൾ.
സ്റ്റിയറിംഗ് വീലിൽ
കറങ്ങിക്കൊണ്ടിരുന്ന
വയലറ്റു സ്വപ്നങ്ങളിലേക്ക്
തല ചായ്ച്ചു ഞാനുറങ്ങി.
കാർ തനിയേ വളഞ്ഞ്
കടലിലേക്ക് പറന്നുപോയി.
ഞെട്ടിയുണർന്നപ്പോൾ

*ദീർഘനേരം ഡ്രൈവ് ചെയ്യുന്ന ഒരാൾ ഡ്രൈവിനിടയിൽ തന്നെ നിമിഷനേരം ഉറങ്ങിപ്പോകുന്നതാണ് ഹൈവേ ഹിപ്നോസിസ്.

വാഴ്‌വിന്റെ പാപഭാരം

നിന്റെ സീറ്റിൽ
നിനക്കു പകരം
ഏതോ മീനിന്റെ
ഒരു ചുവന്ന ചിറകിളക്കം.

പാതിര

ഇരുട്ടിനെന്തൊരു നീലനിറം!
നമ്മുടെ പുതപ്പിൽ
മഞ്ഞുകട്ടകളുണ്ട്.
എന്നിട്ടും
ജനൽപ്പാളികൾ
തുറന്നുതന്നെ കിടക്കുന്നു.
നിന്റെ നെഞ്ചിടിപ്പിന്
ഓളങ്ങളുടെ താളം.
നക്ഷത്രങ്ങൾ ഒഴുകിനീങ്ങുമ്പോൾ
എന്റെ മയക്കം നനയുന്നു.
ഭൂമിയുടെ അങ്ങേച്ചരിവിൽ
മഴ പോലെയെന്തോ
പെയ്തിരിക്കണം.
നമുക്ക്
കടലിലേക്കു തിരിഞ്ഞുകിടക്കാം.
തിരമാലകളഴിച്ചിട്ട്
തീരത്ത് തല വെക്കാം.
ഇലകൾക്കൊക്കെ
വെളിച്ചത്തിന്റെ ചരായ.

ആ പെൺകുട്ടി

നട്ടപ്പാതിരയ്ക്കൊരു പെൺകുട്ടി
റെയിൽപ്പാളത്തിൽ ഉറങ്ങാൻ കിടന്നു.
കടലുറഞ്ഞ കവിളുകളിൽ
മിന്നാമിനുങ്ങുകൾ പാറിയെത്തി.
മഞ്ഞിത്തെളിഞ്ഞ മരങ്ങൾ
അവൾക്കരികിലേക്കു നീങ്ങിനിന്നു.
അവളുടെ വിരൽത്തുമ്പുകളിൽ
കവിത വന്നു തുടിച്ചുമിന്നി.
പാളങ്ങളുടെ ചിതറിയ ഓർമകൾ
വെളിച്ചത്തിന്റെ നനവടർത്തി.
അവളുടെ തലയ്ക്കു പിന്നിൽ
ഒരു കാട്ടുചെടിയുടെ കിനാവിൽ നിന്നും
രാത്രിയുടെ ഇല പൊഴിഞ്ഞു.
ഭൂമിയൊന്ന് പമ്മിനിന്ന്
അവളെ ഉറ്റുനോക്കി.
പതുക്കെച്ചിരിച്ച് അവളെഴുന്നേറ്റിരുന്നു.
ഉടുപ്പിന്റെ ഞൊറികളിൽ നിന്നും
ഇരുട്ടിനെ കൊട്ടിക്കളഞ്ഞ്
വീട്ടിലേക്കു നടന്നു.
ഈറൻ പൂക്കളും മഴകളും പറത്തി
ഒരു തീവണ്ടി കടന്നുപോയി.

ഉയിര്

ജീവന്റെ
ജന്മാന്തരപ്രവാഹങ്ങൾക്കക്കരെ
ആദ്യത്തെ പച്ച മുളച്ച
തണുത്ത കണ്ണാടിയിൽ
മുഖം നോക്കി നിൽക്കുമ്പോൾ
ഉലവലെല്ലാം നനഞ്ഞൊരു നീലപ്പറവ
തോളത്ത് വന്നിരിക്കുന്നു.
അതിന്റെ ചിറകനക്കങ്ങളിൽ
ഭൂമി വിങ്ങിവിങ്ങി സ്പന്ദിക്കുന്നു.
എന്റെ അസ്ഥികൾ പാടുന്നു.
മേഘങ്ങൾ വലിഞ്ഞുകീറി
മഴയും വെളിച്ചവും പൊടിയുന്നു.
താഴ്വാരങ്ങൾ നിറഞ്ഞൊഴുകുന്നു.
പാദങ്ങളിൽ ഇലകൾ തളിർക്കുന്നു.
കിനാവിന്റെ പരപ്പിലേക്കൊരു
പുൽത്തണ്ടൊടിഞ്ഞുവീഴുന്നു.
ഉണർന്നെണീറ്റ നീലപ്പക്ഷി
അങ്ങനെ തിരിച്ചുപറക്കുന്നു.

പിറപ്പ്

വൈകുന്നേരവെളിച്ചം
അവൾക്കായി
മരണക്കിടക്ക വിരിച്ചു.
ചാരത്തിരുന്ന്
അവൻ
താരാപഥത്തിലേക്കു തേങ്ങി.
അവന്റെ കവിളുകളിലൂടെ
അവളുടെ ഓർമകൾ
ഒലിച്ചിറങ്ങി.
അവളുറങ്ങി.
കിനാക്കൾ ഊറിവന്നു.
അവൻ
അവളെ
രാത്രി കൊണ്ടു പൊതിഞ്ഞു.
അവന്റെ ആത്മാവിൽ
കുഴിച്ചിട്ടു.
വിത്തുകളുടെ
നനവിൽ കിടന്ന്
അവൾ പതുക്കെ
പുഞ്ചിരിച്ചു.

ഉപ്പ്

നിന്റെ വിരലുകളിൽ
ഉപ്പു ചുവയ്ക്കുന്നു...
വെളിച്ചം പോലെ.
ചുണ്ടുകളിൽ
ശലഭങ്ങൾ പിടയുന്നു.
മുന്തിരിച്ചാറു വീണ്
കറ പിടിച്ച
എന്റെ കവിത
നിന്റെ ശ്വാസത്തിൽ
മുങ്ങിനിവരുന്നു.
മുടിച്ചുരുളുകളിൽ
ആമ്പലുകളിറ്റുന്നു.
എന്റെ ഹൃദയമിടിപ്പുകൾ
നിന്റെ വാരിയെല്ലുകളിൽ
പതുക്കെ താളം കണ്ടെത്തുന്നു.
രക്തത്തിൽ
ഇലകൾ കത്തുന്നു.
നീ
ആകാശത്തിന്റെ
സാന്ദ്രതയളക്കുന്നു.
ഞാൻ ഒച്ചയില്ലാതെ
നക്ഷത്രങ്ങളുടെ
അർഥം വെളിപ്പെടുത്തുന്നു.
കാറ്റു ചായുന്നു.

വാഴ്വിന്റെ പാപഭാരം

എനിക്കു വേദനിക്കുന്നുണ്ട്.
വിങ്ങുന്ന പട്ടങ്ങളെ
കെട്ടഴിച്ചുവിട്ട്
ഞാൻ ചിരിക്കുന്നു.
കടലോളമനങ്ങുന്ന
എന്റെ കൺപോളകളിൽ
നീ ചുണ്ടുകൾ കൊണ്ട്
കവിത വരച്ചെടുക്കുന്നു.
മുറിഞ്ഞ ഞരമ്പുകളിൽ
പൂക്കാട്ടുകൾ പൊടിക്കുന്നു.
വെളിച്ചത്തിനുപോലുമില്ല
ഇത്രയ്ക്കു മയക്കം,
നിറവ്,
ഉപ്പ്.

കുറ്റവാളി

നിനക്കുനേരെ കത്തിക്കയറുന്ന
വിചാരണകൾക്കുമേൽ
ഞാനെന്റെ കവിത നനച്ചു വിരിക്കാം.
നിന്റെ ഓർമയിലെ കറകളെ
എന്റെ കൈനഖങ്ങൾക്കടിയിൽ
ചുവന്നുതുടുത്ത പൂക്കളാക്കാം.
കടലാസും കയറുമെടുത്ത്
നിന്നെത്തിരഞ്ഞുവരുന്നവരെ
നിലാവിന്റെ ശ്മശാനത്തിലേക്ക്
വഴിതെറ്റിച്ചു പറഞ്ഞയക്കാം.
എന്റെ കത്തുന്ന വസന്തത്തോട്
ചേർന്നുകിടക്കുക.
ഇലകളുടെയും നക്ഷത്രങ്ങളുടെയും
വിലപ്പെട്ട കീറപ്പുതപ്പിനടിയിൽ
ഞാൻ നിന്നെ ഒളിച്ചുവെക്കാം.

തീ

നിനക്കു വേണ്ടി
ഞാൻ ചെറുതായി...
മണൽത്തരികളിലെ സമയത്തോളം.
നൂറ്റാണ്ടുകൾക്കപ്പുറം പൊഴിഞ്ഞ
മഞ്ഞയിലകളുടെ
പേക്കിനാവോളം.
മരണമണിയുടെ പുഞ്ചിരിയോളം.
എന്നിട്ടും
നിനക്കത് പോരായിരുന്നു.
നിനക്കെന്നെ
നിന്റെ കൈനഖങ്ങളുടെ
തുടുപ്പാക്കി വെക്കണമായിരുന്നു.
നിനക്കു തെറ്റി.
ഞാൻ തുടുപ്പല്ല.
തീയാണ്.
ആളിയാളിപ്പടർന്നുപിടിക്കുന്ന
അടങ്ങാത്ത തീ.

വഴുതന

വെയിലിന്റെ മാറാപ്പും
തോളത്തിട്ട്
നമ്മൾ ചന്തയിലേക്കിറങ്ങുന്നു.
വയലറ്റാകാശത്ത്
വഴുതനങ്ങകൾ
വിൽക്കാൻ വെച്ചിരിക്കുന്നു.
ഓർമകളുടെ ചാറ്
ആത്മാവിൽ വീണു പരക്കുന്നു.
വേനലിന്റെ ഉള്ളംകൈയിൽ
പട്ടണം
ഉച്ച മയങ്ങുന്നു.
നടന്നു നടന്ന്
വിയർപ്പിൽ പോലും
കവിത കത്തുന്നു.
നമുക്കിനിയുമെത്ര ദൂരം...
വഴുതനത്തോട്ടത്തിലേക്ക്?

ഹവ്വ ആദം

ഞാനാണ്
ആദ്യമുണ്ടായത്.
എന്റെ കവിതയുടെ
ഓരംപറ്റി നടന്നാണ്
മഴകളുടെ കൂടെ
നീ വന്നത്.
നമുക്കാരും
പറുദീസ വെച്ചുനീട്ടിയിട്ടില്ല.
കത്തുന്ന ഇരുട്ടിന്റെ
പർവ്വതങ്ങളിലും
നീലനദികളുടെ കാട്ടിലുമാണ്
നമ്മൾ അലഞ്ഞുനടന്നത്.
നീ ഓർക്കുന്നില്ലേ...
നിന്റെ വിഷാദത്തിന്റെ മുറ്റത്ത്
ഞാൻ ഓർമ കൊണ്ട് തീകൂട്ടിയത്?
ചുണ്ടുകൾ കൊണ്ട്
നമ്മൾ പരസ്പരം
ഗുഹാചിത്രങ്ങൾ വരച്ചെടുത്തത്?
വിലക്കപ്പെട്ടതൊക്കെയും
നമ്മളൊരുമിച്ചാണ് കവർന്നത്.
സ്വപ്നം കണ്ടതിനാണ്
നമ്മളെ പുറത്താക്കിയത്.
നിന്റെ വിരൽത്തുമ്പുകളിൽ

വാഴ്വിന്റെ പാപഭാരം

ഞാൻ രുചിച്ച ഭൂമിക്ക്
എന്നുമെന്നും ഉപ്പാണ്.
നമ്മുടെ രക്തമാണ്
ഇവിടുത്തെ വസന്തം.
നമുക്കിനിയും തിരിച്ചുവരണം...
വിലക്കപ്പെട്ടത് വീണ്ടെടുക്കാൻ.

വെണ്ണക്കൽ പ്രതിമയ്ക്ക്

മാലാഖമാർ കരഞ്ഞുതുടുത്ത
അന്തിനേരത്ത്
മരിച്ചവരുടെ പൂന്തോട്ടത്തിൽ വച്ച്
ഞാൻ നിന്നെ കണ്ടെത്തി.
മങ്ങലേറ്റിട്ടില്ലാത്ത
നിന്റെ നക്ഷത്രക്കണ്ണുകളിൽ
ഞാനന്ന് മങ്ങിമയങ്ങി.
നിന്നെ മൂടിയ മുൾപ്പടർപ്പുകളിൽ
ഞാൻ ചുവന്നുതെറിച്ചുപൂത്തു.
നിന്റെ പൊട്ടലുകളിലെ
തണുത്ത കവിതയിലൂടക്കി
എന്റെ ചുണ്ടുകൾ മുറിഞ്ഞു.
നിന്റെ സംഗീതം ഞാൻ
ഈറൻ മണ്ണിൽ നിന്നും വീണ്ടെടുത്തു.
നിന്റെ പോയകാലം
മഴയുടെ നിഴലുകളിൽ നിന്നും.
നിലാവിന്റെ കല്ലറയിലേക്കു നീളുന്ന
ചിതറിയ കാൽപ്പാടുകളിൽ
നീയെന്റെ പേരു വായിച്ചെടുത്തു.
ഓർമയുടെ വിടവിലൂടെ
മഞ്ഞുതുള്ളികളിറ്റുമ്പോഴും
മരണത്തിന്റെ ശിശിരത്തിൽ ഞാൻ
നിനക്കു കൂട്ടിരിക്കുകയായിരുന്നു...
അവസാനമില്ലാതെ.

നമുക്ക് മരണമില്ല

അന്ന്-
അന്ന് ഭൂമി
എന്തൊക്കെയാണ് കണ്ടത്?
തകർന്ന ജനാലപ്പാളികളിൽ
തീനാളങ്ങൾ തെറിച്ചുവീഴുന്നു.
മരണമണിയുടെ നീളൻ കയറിൽ
ജീവിതം തൂങ്ങിമരിക്കുന്നു.
പാദങ്ങളത്രയും കളവുപോകുന്നു.
ഉരുണ്ടുവരുന്ന തലയോട്ടിയിൽ
കുഞ്ഞുമുടിച്ചുരുൾ പാറിക്കളിക്കുന്നു.
വായുടെ മുറിവിൽ വിങ്ങിയും നീറിയും
വാക്കുകൾ കട്ടകെട്ടുന്നു.
എല്ലാ ജനലുകളും വാതിലുകളുമടച്ച
ഒരു വെളുത്ത തീവണ്ടി
അതിർത്തിയിലൂടെ പാഞ്ഞുപോകുന്നു.
വെട്ടിക്കീറി വഴിയിലിട്ട കവിതയിൽ
പുഴുക്കൾ വന്നു വീടു വെക്കുന്നു.
എല്ലാം അവസാനിക്കുന്നു.
പിറ്റേന്നോ?
പിറ്റേന്ന്-
പിറ്റേന്ന് ഭൂമി മെല്ലെ
കണ്ണു ചിമ്മി നോക്കുമ്പോൾ
തെരുവിനു നടുവിൽ
തുറക്കപ്പെട്ട ഗർഭപാത്രത്തിൽ കിടന്ന്
അതാ ഒരു പെൺകുഞ്ഞ്
ആകാശത്തേക്കു കൈനീട്ടിച്ചിരിക്കുന്നു.

പെയിന്റിംഗ്

ഒറ്റവേനൽമഴ മാത്രമുട്ടത്ത്
മങ്ങിത്തെളിഞ്ഞുചിരിച്ച പകലിൽ
നീ ജനലരികിലിരുന്ന്
എന്നെ വരച്ചു.
നിന്റെ ക്യാൻവാസിൽ
എന്റെ ഉടൽ തിണർത്തുവന്നു.
നിന്റെ ചായങ്ങളിൽ ഞാൻ ഉയിരാളി.
എനിക്കു ചുറ്റും
നീ പൂക്കളും നക്ഷത്രങ്ങളും വരച്ചു.
വിളക്കുകളുടെ തെരുവു വരച്ചു.
കവിതയുടെ മിടിപ്പു വരച്ചു.
നിറങ്ങളുടെ നിശ്വാസം മുങ്ങിയ
നിന്റെ വിരൽത്തുമ്പുകളെ
ഞാനെന്റെ വരകൾ കൊണ്ടു തൊട്ടു.
നിലാവിറ്റിയപ്പോൾ നീയുറങ്ങിപ്പോയി.
ഒച്ചയുണ്ടാക്കാതെ ഞാൻ പുറത്തിറങ്ങി.
നിന്റെ മുറിയിലൂടെ
ചായമൊലിപ്പിച്ച് ചുറ്റിനടന്നു.
നിന്റെ സ്വപ്നങ്ങളിൽ തട്ടിവീണു.
പിന്നെ
നീയുണരുന്നതും കാത്ത്
ഞാൻ ജനലരികിൽത്തന്നെയിരുന്നു.

ഓവർഡ്രൈവ്*

നാളെ നട്ടപ്പാതിരയ്ക്ക്
കവിതയുടെ കാറിൽക്കയറി
നമുക്കൊരൊറ്റപ്പോക്ക പോകണം.
ഭൂമിയുടെ ധമനികളുടെയും
നക്ഷത്രനഗരങ്ങളുടെയും
വെളിച്ചങ്ങളെണ്ണിക്കൊണ്ടിരിക്കണം.
ചിതലരിച്ച ഓർമകളെ
വഴിവക്കിൽ വലിച്ചെറിയണം.
ആകാശത്തേക്ക ചില്ല താഴ്ത്തി
മുടിയിഴകൾ പറപ്പിച്ച ചിരിക്കണം.
രാവു നീളെ പറക്കണം.
വളവുകൾ കഴിഞ്ഞ് ഉച്ച തിരിയുമ്പോൾ
എവിടെയെങ്കിലുമിറങ്ങി
ഏതെങ്കിലുമൊരു ബാൽക്കണിയിൽ
നിലാവുദയം വരെ കിടന്നുറങ്ങണം.
ഒരിക്കലും നിലയ്ക്കാതെ
സഞ്ചാരം തുടരുമ്പോൾ
നീയെന്നെയും ഞാൻ നിന്നെയും
ഇനിയുമിനിയും സ്വപ്നം കാണണം.

---

* കോനൻ ഗ്രേയുടെ "ഓവർഡ്രൈവ് (Overdrive)" എന്ന ഗാനം ഈ കവിതയ്ക്ക് ഭാഗികമായി പ്രചോദനമായി.

വിഷാദമധുരം

എന്റെ ചുണ്ടുകൾ പതിയുമ്പോൾ
എന്തുകൊണ്ടാണ്
നിന്റെ കഴുത്തിലെ കയർപ്പാടിൽ
കവിത തിണർത്തുവരുന്നത്?
നിന്റെ വാരിയെല്ലുകൾക്കകത്ത്
കിടന്നു മിടിക്കുന്നയാ ശലഭക്കൂടാണ്
എന്റെ വീട്.
നമ്മുടെ ബാൽക്കണിയിൽ
മഴക്കാട്ടു പൂത്തിരിക്കുന്നു.
താളുകൾ മറിക്കുമ്പോൾ
ചിറകടികൾ കേൾക്കുന്നു.
എന്നിട്ടുമെന്തുകൊണ്ടാണ്
നിന്റെ കണ്ണുകളിങ്ങനെ
നിറഞ്ഞുനിറഞ്ഞുവരുന്നത്?

മറവി

എന്തോ...
ഈയിടെയായി
ഞാനെഴുതുന്നതൊന്നും
എനിക്കു തീരെ പിടിക്കുന്നില്ല.
അക്ഷരങ്ങൾക്കൊന്നും
പഴയ ഉപ്പില്ല.
വാക്കിന്റെ ജനൽപ്പടിമേൽ
മഴ പെയ്യുന്നേയില്ല.
കവിതയിൽ മുഖം നോക്കുമ്പോൾ
എനിക്കെന്നെ കാണാനാകുന്നില്ല.
വിരൽത്തുമ്പുകളിൽ
ഒരു ചൂട്ടു പിടിച്ച വിറ മാത്രം.
എനിക്കെന്തുപറ്റി?
ചിലപ്പോൾ
ഞാൻ നിന്നെ
മറന്നുപോയതുകൊണ്ടാവും.

നീ മാത്രം

നിനക്ക് നന്ദി പറയണമെന്ന് തോന്നി...
എന്റെ നീറുന്ന മുറിവുകളെ
വെളിച്ചം പുരട്ടിയുണക്കുന്നതിന്.
ഇരുട്ടു മാത്രം മണക്കുന്ന തെരുവിലൂടെ
ഞാൻ മുഖം താഴ്ത്തി നടക്കുമ്പോൾ
ഒരു പുഞ്ചിരിയുടെ റാന്തൽ മിന്നിച്ച്
എന്നും കൂട്ടു വരുന്നതിന്.
ഞാൻ തനിച്ചിരുന്ന് കരയുമ്പോൾ
എന്റെ കാണാതെ പോയ കവിതയെ
നക്ഷത്രങ്ങൾ മുളച്ചു പടർന്ന
നീലത്തോട്ടുവക്കത്തു നിന്ന്
ഓടിപ്പിടിച്ച് തിരികെ
കൊണ്ടുവന്നുതരുന്നതിന്.
എന്റെ കണ്ണുനീർ തുടയ്ക്കുന്നതിന്.
നനഞ്ഞുചുവന്ന കവിളിൽ
ഉമ്മവെച്ച് സൂര്യനാകുന്നതിന്.
അണഞ്ഞുപോകുമ്പോഴൊക്കെയും
എന്നെ വീണ്ടും കനലൂതി
കൊളുത്തിവെക്കുന്നതിന്.

നിഴൽ

കിഴക്കോട്ടു തുറക്കുന്ന
ജനാലപ്പാളിയിൽ
നഷ്ടങ്ങളുടെ അസ്തമയം കണ്ട്
നമ്മൾ ഉറക്കമുണരുന്നു.
നിന്റെ മുറിവുകൾക്ക്
മുത്തുച്ചിപ്പിയുടെ മണമാണ്.
മേശപ്പുറത്ത് നിവർന്നുകിടക്കുന്ന
നക്ഷത്രഭൂപടങ്ങൾക്ക്
ആരാണ് തീ കൊളുത്തിയത്?
എന്റെ ചുവന്ന കുറുക്കൻ
നിന്നെ സംശയത്തോടെ നോക്കുന്നു.
നമ്മുടെ തലയിണയ്ക്കടിയിൽ
നിന്റെ കറ പിടിച്ച കത്തി
സ്വപ്നങ്ങളിലേക്ക് കുത്തിക്കയറുന്നു.
രക്തം വാർന്ന
എന്റെ കവിത
നിന്റെ വിരലുകളിൽത്തന്നെ
വന്നുപറ്റുന്നു.
മഴക്കാലത്തിന്റെ രഹസ്യങ്ങളത്രയും
എനിക്ക് വെളിപ്പെട്ടിരിക്കുന്നു.
പേന വിറയ്ക്കുന്നു.
തൊട്ടുപിന്നിൽ
നീ നിൽപ്പുണ്ട്.
എപ്പോഴുമെന്ന പോലെ.

എന്നത്തെയും പോലെ

നമുക്ക്
പെയിന്റിംഗുകളുടെ പട്ടണത്തിൽ
താമസിക്കണം.
കവിതയുടെ താളുകൾ കീറി
ജനാലകൾ പണിയണം.
തീൻമേശപ്പുറത്ത്
ലെമൺ ടീയുടെയും
വെളിച്ചത്തിന്റെയും ഗ്ലാസുകൾ
അന്തമില്ലാതെ നിരത്തിവെക്കണം.
ചുവട്ടിലൊരു കറുത്ത പൂച്ച
കിനാവു മിന്നിച്ചു നടക്കണം.
നമുക്ക്
താരാപഥങ്ങൾ നിവർത്തിയിട്ട്
കിടക്ക വിരിക്കണം.
തട്ടിൻപുറത്ത് വൈക്കോലും
ചുവന്ന വൈകുന്നേരങ്ങളും
ഒളിച്ചുവെക്കണം.
കോണിയിൽ ചിരികൾ ഞാത്തണം.
പിണങ്ങിയിരിക്കാനും
മുഖം പൊത്തിക്കരയാനുമായി മാത്രം
പിൻവാതിലിലിനൊരു പടി വെക്കണം.
ആകാശം കൊണ്ട്
മേൽക്കൂര മേയണം.
ചാറ്റൽമഴയിൽ കടപുഴകിയ
ഓറഞ്ചുമരത്തിന്റെ പലകകൾ കൊണ്ട്

വാതില്പണ്ടാക്കണം.
എന്നിട്ട്
പറയാത്ത വാക്കുകൾ കൊണ്ട്
അതടച്ചുപൂട്ടി
നമുക്കിറങ്ങിപ്പോകണം...
രണ്ടു വഴിക്ക്.

ബീച്ച്

രഹസ്യങ്ങളുടെ പുലിമുട്ട്
കടലിൽ നിന്നും രാത്രിയിലേക്ക്
നീണ്ടുനീണ്ടുപോകുന്നു.
മണലിൽ തുഴയുന്ന
മൗനത്തിന്റെ തോണികൾക്കടിയിൽ
തലതെറിച്ച കൗമാരം
പതുങ്ങിയിരിക്കുന്നു.
വിശപ്പിന്റെ നോട്ടുകൾ വെച്ച്
നിഴലുകൾ വട്ടത്തിലിരുന്ന്
ഒച്ചയില്ലാതെ ചീട്ടുകളിക്കുന്നു.
മങ്ങിമങ്ങി നിറംകെട്ട കാലം
മതിലരികിൽ കുഴഞ്ഞുവീഴുന്നു.
ഇരുട്ടിന്റെ മുത്തുമുത്തശ്ശി
വെട്ടുകത്തി പിന്നിലൊളിപ്പിച്ച്
ആരെയോ കാത്തുനിൽക്കുന്നു.

സ്വർഗം

ഇതാദ്യമായാണ്
എനിക്ക് മരിക്കാൻ തോന്നുന്നത്.
നീ നൃത്തം ചെയ്യുമ്പോൾ
മുന്നിലെന്റെ ഒഴിഞ്ഞ കസേര
മരവിച്ചുകിടക്കാതിരിക്കാൻ.
നിന്റെ ചിരിയിൽ
എന്റെ ഇരുട്ട്
ഉടക്കിവലിക്കാതിരിക്കാൻ.
ഞാൻ മരിക്കാം.
നിന്റെ പാദുകങ്ങളിൽ
വിഷാദം കനക്കാതിരിക്കാൻ.
മണൽത്തരികളിൽ
നിലാവൂറിയപ്പോഴാണ്
നിന്റെ ചുവടുകൾ
എന്റെ ശ്വാസകോശങ്ങളിൽ
പതിഞ്ഞത്.
പട്ടിനും മുന്തിരിക്കും
എന്നെ ബലികൊടുക്കാൻ ഞാൻ
സ്വപ്നദർശനങ്ങളെ അനുവദിക്കാം.
നിന്നെയെന്റെ നിഴലിനു പിന്നിലാക്കി
ഞാൻ നടന്ന നടത്തം
മായ്ച്ചുകളയാൻ.
നിന്നെ വിട്ടുപിരിയാതിരിക്കാൻ.
ഞാൻ കവിതയുടെ ഞരമ്പറുക്കാം.
പൂക്കളുടെയും പുഞ്ചിരികളുടെയും

വാഴ്‌വിന്റെ പാപഭാരം

മധുരക്കയറിൽ കുരുക്കിട്ട്
കഴുത്തിൽ മുറുക്കാം.
പോയകാലത്തിന്റെ
നക്ഷത്രമുനമ്പിൽ നിന്നും
ആഴങ്ങളിലേക്കെടുത്തുചാടാം.
വസന്തത്തിന്റെ വേരുപടലങ്ങളിലെ
ആകാശത്തെ ചീന്തിയെടുത്ത്
ഓർമകൾ കൊണ്ട് ചെത്തിക്കൂർപ്പിച്ച്
ഹൃദയത്തിൽ കുത്തിയിറക്കാം.
നിന്റെ മഴകളിൽ നിന്നും
എന്റെ നിശ്വാസം
അലിഞ്ഞുപോകാതിരിക്കാൻ.
നിനക്ക് കരച്ചിൽ വരാതിരിക്കാൻ.
പാട്ടിനു ചുറ്റുമുള്ള പരിക്രമണത്തിൽ
നിനക്ക് വഴിതെറ്റാതിരിക്കാൻ.
ഞാൻ തയ്യാറാണ്.
എന്റെ കല്ലറ തുറന്ന്
ചെറിപ്പഴങ്ങളുടെ തുറസ്സുകളിൽ
കൊണ്ടുപോയി
ഒപ്പമാടാമെന്ന് നീ
വാക്കുതന്നാൽ മാത്രം മതി.

ചരിത്രം

നഷ്ടങ്ങളുടെ പുൽമേട്ടിൽ
ഞാൻ സൂര്യനെ തിരക്കിനടക്കുന്നു.
വെയിലിന്റെ വരാന്തയിലിരിക്കെ
പണ്ടെന്റെ നെറ്റിയിൽ
ചിരി കൊണ്ടുമ്മവെച്ച
ബുദ്ധസന്യാസിയെ
എവിടെവച്ചാണ് കാണാതായത്?
അടിമകളുടെ കറുത്ത വായ്ത്താരികൾ
നിലത്തൊഴുകിപ്പരക്കുന്നു.
വായ് മൂടിയ സ്വപ്നങ്ങൾക്കിപ്പോൾ
നിലവിളികളുടെ മൂർച്ചയാണ്.
എന്റെ ബുദ്ധസന്യാസി
വേരുകളെയും തോടുകളെയും
പാട്ടുകളെയും സ്നേഹിച്ചിരുന്നു.
ഞാനോർക്കുന്നുണ്ട്.
അവന്
വേനൽക്കാല മേഘങ്ങളുടെ
മണമായിരുന്നു.
ഇരുട്ടിനെ കടുപ്പിച്ച്
വെളുത്ത രൂപങ്ങൾ നടന്നുപോകുന്നു.
ഓർമകളുടെ രക്തം പുരണ്ട
അലവായ്ത്തലകൾ
വിശപ്പ രാകുന്നു.
ആരും പറയാതെ പൂത്ത
കാട്ടുചെമ്പരത്തികൾക്കിടയിൽ

വാഴ്വിന്റെ പാപഭാരം

മുണ്ഡനം ചെയ്ത ഒരു തല
ഓർക്കാപ്പുറത്ത് കളഞ്ഞുകിട്ടുന്നു.
പുഞ്ചിരിയിൽ
സൂര്യനെയും കണ്ടുകിട്ടുന്നു.
ഞാനതെടുത്ത്
എന്റെ കവിതയിൽ
പൊതിഞ്ഞുസൂക്ഷിക്കും.
നാളെയെങ്കിലും
ഇരുട്ടിന്റെ ചവറ്റുകുനയ്ക്ക്
തീവെക്കാൻ.

വീട്

കാംപ് നൗ*

നഷ്ടങ്ങളെപ്പോലും നമ്മൾ
പെരുമ്പറ കൊട്ടി വരവേൽക്കുന്നു.
ഇരുട്ടിനെ കീറിപ്പറിച്ച്
നിറം തേച്ച് കാറ്റിൽ പറത്തുന്നു.
നമ്മൾ കടലുകളെക്കുറിച്ചും
ഓർമകളെക്കുറിച്ചും പാടുന്നു.
നമ്മുടെ രക്തത്തിൽ
ശലഭങ്ങൾ ചിറകടിക്കുന്നു.
പാതിരാമഴയെ നമ്മൾ
വലയെറിഞ്ഞു പിടിക്കുന്നു.
പാദങ്ങളിൽ പൂക്കുന്ന
ചുവന്ന ആകാശങ്ങൾക്ക്
നമ്മൾ കവിത വിരിക്കുന്നു.

സ്റ്റാംഫഡ് ബ്രിഡ്ജ്**

തളംകെട്ടിയ കണ്ണുനീരിൽ
സ്വപ്നങ്ങൾ മുഖം നോക്കുന്നു.
നീലനീല പ്രഭാതങ്ങൾ
ഷൂസിടാതെ ഓടിനടക്കുന്നു.

---

* സ്പാനിഷ് ഫുട്ബോൾ ക്ലബ് ബാഴ്സലോണയുടെ ഹോം ഗ്രൗണ്ടാണ് കാംപ് നൗ.

** ഇംഗ്ലിഷ് ക്ലബ് ചെൽസിയുടെ ഹോം ഗ്രൗണ്ടാണ് സ്റ്റാംഫഡ് ബ്രിഡ്ജ്.

ചിരികളുടെ നീളമളക്കാൻ
പൂത്തിരികൾ പൊട്ടിക്കരയുന്നു.
നമ്മുടെ ഹൃദയങ്ങൾ കൂടെക്കൂടെ
സ്ഥാനം മാറിയിരിക്കുന്നു.

സാന്റിയാഗോ ബെർനബ്യൂ*

ശലഭങ്ങളുടെ മുടിച്ചുരുളുകൾ
പാറിപ്പറന്നുകളിക്കുന്നു.
നമ്മുടെ കടലാസുകളിൽ
മഞ്ഞുപടലങ്ങൾ ഒപ്പുവെക്കുന്നു.
മൈതാനപ്പച്ച വലിച്ചുകീറി നമ്മൾ
രാപ്പകലുകൾ കണ്ടെത്തുന്നു.
മണ്ണിനടിയിലെ സാമ്രാജ്യങ്ങളിൽ
വസന്തം പടനയിക്കുന്നു.
വെളിച്ചത്തിന്റെ കുളമ്പടികൾക്ക്
നമ്മൾ കടിഞ്ഞാണറുക്കുന്നു.

ഓൾഡ് ട്രാഫഡ്**

ഓർമയുടെ തെരുവുകളിൽ
രണ്ടുനില ബസ്സുകൾ പാറുന്നു.
നമുക്കെന്നും ചുവപ്പു നിറം.
ഒഴുകുന്ന വിളക്കുകൾ
ആകാശം ചുറ്റുന്നു.
വേരുപടലങ്ങളിൽ
നദികൾ പിറന്നുവീഴുന്നു.
തോൽവിയുടെ മുഖത്ത് നോക്കി
നമ്മൾ പാടുന്നു...ഉറക്കെ.

---

* സ്പാനിഷ് ക്ലബ് റിയൽ മാഡ്രിഡിന്റെ ഹോം ഗ്രൗണ്ടാണ് സാന്റിയാഗോ ബെർനബ്യൂ

** ഇംഗ്ലിഷ് ക്ലബ് മാഞ്ചെസ്റ്റർ യുണൈറ്റഡിന്റെ ഹോം ഗ്രൗണ്ടാണ് ഓൾഡ് ട്രാഫഡ്.

എനിക്ക് ചെയ്യാനുള്ളത്

ചുട്ടത്തൊപ്പി വെച്ച ഓർമകൾ
എന്റെ വാതിലിൽ മുട്ടുന്നു.
ഞാൻ എന്തു പറയാനാണ്?
എഴുത്തുമേശയിൽ ചിതറിക്കിടക്കുന്ന
നിന്റെ കള്ളത്തരങ്ങളിലൊന്നും
ഇപ്പോഴും മഷിയുണങ്ങിയിട്ടില്ല.
നീ കട്ടുകൊണ്ടുപോയ
എന്റെ ഭാഷ
ബാക്കിവെച്ചിട്ടുപോയ ശ്വാസങ്ങളിൽ
ഞാനുയരുകയും താഴുകയും ചെയ്യുന്നു.
നിന്നെ വെറുക്കാൻ
എനിക്ക് കവിതയുടെ അനുമതി വേണ്ട.
നിന്നെ മായ്ച്ചുകളയാൻ
ഞാനുദ്ദേശിക്കുന്നുമില്ല.
എന്റെ പേനയുടെ അറ്റത്തു നിന്നും
നിന്റെ ഇരുണ്ട നെഞ്ചിലേക്കുള്ള
ദൂരമളക്കുക മാത്രമാണ്
എനിക്കിപ്പോൾ ചെയ്യാനുള്ളത്.

വായനക്കാരൻ

നീ ചിലപ്പോൾ
എന്റെ കവിതകളെ
ആഴത്തിലാഴത്തിൽ വായിക്കുന്നു.
ചിലപ്പോൾ നദിക്കക്കരെ നിന്നും
കവിതകളെ ഉറ്റുനോക്കി
തല താഴ്ത്തി തിരിച്ചുനടക്കുന്നു.
ഞാൻ മുഴുമിപ്പിക്കാതെ വിടുന്ന
ഓരോ താളിലെയും
അടുത്ത വരിക്ക്
നക്ഷത്രങ്ങളുടെ മണമാണോ
അതോ
കാടിന്റെ രുചിയാണോ എന്നറിയാൻ
നീ മരിക്കാതിരിക്കുന്നു.
വക്കു പൊട്ടിയ ഹൃദയത്തിൽ
ഒച്ചയില്ലാതെ കോരിയെടുത്ത്
നീ എന്റെ വാക്കു കുടിച്ചു ജീവിക്കുന്നു.
എന്റെ താൾ പുതച്ച്
നീയുറങ്ങുന്നു.
എന്റെ അക്ഷരങ്ങളിൽ
ഉണർന്നെണീക്കുന്നു.
നീയെന്റെ നോട്ടങ്ങളെയും
കണ്ണുനീരിനെയും വായിക്കുന്നു.
മഷി പടർന്ന ആത്മാവിനെ
വിരൽ കൊണ്ടു വായിക്കുന്നു.

വാഴ്‌വിന്റെ പാപഭാരം

കനലുകളുടെ ഉടലിനെ
രക്തം കൊണ്ടു വായിക്കുന്നു.
നീ എന്റെ പേനത്തുമ്പത്ത്
ശ്വാസം കണ്ടെത്തുന്നു.
എന്റെ വാരിയെല്ലുകളിൽ നീ
നിന്റെ ഹൃദയമിടിപ്പു വീണ്ടെടുക്കുന്നു.
ഞാൻ പിന്നെയും
എഴുതിക്കൊണ്ടേയിരിക്കുന്നു.
നീ
കാത്തിരിക്കുന്നു.
അടുത്ത വരിക്കായി...
അടുത്ത ശ്വാസത്തിനായി.
ഒന്നും മിണ്ടാതെ.

പ്രലോഭനം

കാട്ടുപന്നികൾ
ഐസ് ആൻഡ് വാട്ടർ കളിക്കുന്ന
നനഞ്ഞ പൂന്തോട്ടത്തിലേക്ക്
ഞാൻ നിന്നെ കൊണ്ടുപോകട്ടെ?
മഴമേഘങ്ങൾ
ഉച്ചമയക്കത്തിനു പായ വിരിക്കുന്നത്
കാണിച്ചുതരട്ടെ?
നിനക്കറിയാമോ...?
ചെളിയിലുരുളുകയും
മരക്കൊമ്പത്തുറങ്ങുകയും ചെയ്യുന്ന
ഉടുപ്പില്ലാത്ത കുട്ടിയായിരുന്നു ഞാൻ.
എന്റെ കൈ പിടിച്ച്
ഞാൻ പിറന്ന വീട്ടിൽ വന്നാൽ
ചുവപ്പു റിബണുകളുടെ വായ്ത്താരി
ഞാൻ നിനക്കു കേൾപ്പിച്ചുതരാം.
ശരത്കാലം പെറ്റിട്ട പൂച്ചക്കുഞ്ഞിനെ
കൈയിൽ വെച്ചു തരാം.
കൈവെള്ളയിൽ കട്ടുതിന്ന അച്ചാറിന്റെ
പരമരഹസ്യമാങ്ങാക്കാലങ്ങൾ
അവിടെ പുളി കിനിഞ്ഞു നിൽപ്പുണ്ട്.
എന്റെ തണുത്ത കിടക്കയിൽ
സ്വപ്നങ്ങളുറിക്കിടപ്പുണ്ട്.
ഞാൻ നിനക്ക്
ഉപ്പു നോക്കാൻ തരട്ടെ;
വൈകുന്നേരവെളിച്ചത്തിന്റെ

ഒരു നിറഞ്ഞ സ്പൂൺ?
പാട്ടും വെളിച്ചവുമില്ലെങ്കിലും
ഓർമകൾ ഒപ്പന കളിക്കുന്നത്
എങ്ങനെയെന്നറിയാമോ?
ഞാൻ കാണിച്ചുതരാം...
ചിതലുകളുടെ പട്ടണത്തിന്റെ
ഉറപ്പുള്ള കതകുകൾ.

ചുവന്ന നീ

വസന്തത്തിന്റെ മാനിഫെസ്റ്റോയിൽ
നമ്മുടെ പേരുകളുണ്ട്.
നീ ചുവന്നിട്ടാണ്.
നിന്റെ ശ്വാസം ഓർമിക്കുന്നതെന്തെന്ന്
എന്റെ കവിതയ്ക്കറിയാം.
എന്റെ രക്തത്തിന് തീ കൊളുത്തിയാണ്
നീ വരുമ്പോൾ ഞാൻ
പൂത്തിരി കത്തിക്കുന്നത്.
നിന്റെ അസ്ഥിമജ്ജയിൽ
മുങ്ങിക്കിടക്കുന്ന
മന്ത്രണങ്ങളുടെ അർഥം ചോദിക്കാൻ
നീ പിന്നെയും എന്റെയടുത്ത് വരുന്നു.
നിനക്ക്
ഒന്നുമറിയില്ല.
എങ്കിലും നീ
ചുവന്നിട്ടാണ്.
ഇലകളുടെ സാമ്രാജ്യത്തിൽ
നാളെ നീ
ഒന്നുകൂടി പിറന്നുവീഴും.
വൈകുന്നേരത്തിന്റെ
പൂക്കൾക്കിടയിലേക്ക്
ഞാൻ നിന്നെ എടുത്തുകൊണ്ടുപോകും.
അപ്പോഴും നീ
ചുവന്നിട്ടായിരിക്കും.

കൂടെ

നീ പിറക്കുമ്പോൾ
ഞാനുണ്ടായിരുന്നു അവിടെ.
വേരുപടലങ്ങളുടെ ഹൃദയത്തിൽ.
നീലത്തോടിന്റെ ഞരക്കത്തിൽ.
ഇലഞരമ്പുകളുടെ ചോരത്തിളപ്പിൽ.
പിറന്നുവീണപാടെ നിന്നെ ഞാൻ
മഴമണമുള്ള കാറ്റിൽ മുക്കിയെടുത്തു.
വെള്ളാരങ്കല്ലുകൾ പൊടിഞ്ഞ
നിന്റെ തൊലിപ്പുറത്തു നിന്നും
മണ്ണും ചോരയും കഴുകി.
ആകാശം മുഖം നോക്കിയ
നിന്റെ കണ്ണുകളിൽ
മൗനം കൊണ്ടുമ്മവെച്ചു.
ചില്ലുവിരലുകൾ കൊണ്ട്
നീയെന്റെ ആത്മാവിൽ തൊട്ടുനോക്കി.
ഞാൻ കരയുകയായിരുന്നു.
പുലരിമഞ്ഞിന്റെ നെഞ്ചിടിപ്പു പോലെ.
നീ മരിക്കുമ്പോഴും
ഞാനടുത്തുണ്ടായിരുന്നു.
അപ്പോഴും ഞാൻ
കരയുകയായിരുന്നു.
വെളിച്ചത്തിന്റെ നോട്ടത്തോളം.
ചോരയിൽ നനഞ്ഞൊട്ടിയ
നിന്റെ മുടിയിഴകളിൽ
എന്റെ ചുണ്ടുകൾ മരവിച്ചു.

വാഴ്വിന്റെ പാപഭാരം

കുതറിയുയർന്ന നിന്റെ ശ്വാസത്തെ
ഞാൻ പിടിച്ചുനിർത്താൻ ശ്രമിച്ചു.
നിന്റെ വിറയ്ക്കുന്ന കൈകൾ
എനിക്ക് ചുവന്ന പൂക്കളും
മുന്തിരിക്കറയുടെ രാത്രികളും തന്നു.
നനഞ്ഞ ഭൂമിപ്പുറത്ത്
ഞാനും നിനക്കരികിൽ കിടന്നു.
നമുക്കു മുകളിൽ
നക്ഷത്രങ്ങൾ വട്ടത്തിലിരുന്ന്
ഭാഷയില്ലാതെ പ്രാർഥന പാടി.
ആറാതെ നിന്ന
നിന്റെ ഉടലിന്റെ ചൂടിലേക്ക്
ഞാനെന്റെ ആത്മാവിനെ ഇറക്കിവെച്ചു.
പിന്നെ മെല്ലെ തിരിഞ്ഞുകിടന്നു.
അന്നെന്റെ വിചാരങ്ങൾക്ക്
വല്ലാത്ത ഉപ്പായിരുന്നു.

പർപ്പിൾ മോർച്ചറി

സായാഹ്നങ്ങൾതോറും
നീ ഓടിപ്പോകുന്നത്
എങ്ങോട്ടാണെന്നറിയാൻ
എനിക്കാകാംക്ഷയുണ്ടായിരുന്നു.
അങ്ങനെ ഞാൻ
നനഞ്ഞ ഇലകളുടെ ജൂണിൽ
നിന്റെ പർപ്പിൾ ബാഗിനെയും
പർപ്പിൾ കുടയെയും പിന്തുടർന്ന്
പട്ടണത്തിനപ്പുറമെത്തി.
നീ കയറിപ്പോയത്
ഉപേക്ഷിക്കപ്പെട്ട മോർച്ചറിയിലേക്കാണ്.
മുറ്റത്തെ മഴയുടെ മറവിൽ
ഞാൻ പതുങ്ങിയിരുന്നു.
നീ തിരിച്ചിറങ്ങിയില്ല.
അന്ന് ഞാൻ കണ്ടെത്തി;
നിന്റെ താമസം മോർച്ചറിയിലാണെന്ന്.
നിന്റെ കണ്ണുകളുടെ തിളക്കവും
നനഞ്ഞ വാക്കുകൾക്കിടയിലെ
വെളിപ്പെട്ടുതരാത്ത കയങ്ങളും
എന്റെ ദുഃസ്വപ്നങ്ങളിലേക്ക്
പടർന്നുപടർന്നിറങ്ങി.
മോർച്ചറിയുടെ വരാന്തയിൽ
നിന്റെ പർപ്പിൾ ബാഗിനു മുകളിൽ
പർപ്പിൾ കുടയുടെയടിയിൽ
എന്നുമൊരു പൂച്ച മരിച്ചുകിടന്നു.

വാഴ്‌വിന്റെ പാപഭാരം

മഴ മാറുമ്പോൾ മാത്രം
അത് മൂളിക്കൊണ്ട് ചുറ്റിനടന്നു.
മോർച്ചറിക്കു മീതെ ആകാശമില്ലെന്നും
ഞാൻ തനിയെ കണ്ടെത്തി.
പക്ഷേ, നക്ഷത്രങ്ങളുണ്ടായിരുന്നു.
തലയോട്ടിയെപ്പോലെ പല്ലിളിക്കുന്ന
തണുത്ത ഇടിമിന്നലുകളും.
നിന്നെ കാണാതായ അന്ന്
ഞാനാദ്യമായി
നിന്റെ മോർച്ചറിയിൽ കയറി.
പർപ്പിളിൽ പൊതിഞ്ഞുകിടത്തിയ
മരവിച്ച ശവങ്ങൾ
എന്നെ തല പൊക്കി നോക്കി.
നിന്റെ അഭാവം
എന്റെ അസ്ഥികളിൽ അനുഭവപ്പെട്ടിരുന്നു.
പർപ്പിൾ തറക്കല്ലുകളിൽ
ഞാൻ കാലൊച്ചയില്ലാതെ നടന്നു.
നീ പാതി മാത്രം കഴിച്ചിട്ടുവെച്ച
വിശപ്പിന്റെ പാത്രത്തിൽ
മരിച്ച പൂച്ച മുഖം പൂഴ്ത്തിയിരുന്നു.
ഏതോ പ്രേതത്തെ കെട്ടിപ്പിടിച്ച്
ഞാനെന്റെ ഹൃദയം
പുറത്തേക്കൊഴുകുംവരെ കരഞ്ഞു.
പിന്നെ മഴ മണക്കുന്ന തറയിൽ കിടന്നു.
നിന്റെ ഉയിർപ്പും കാത്ത്
കവിതയുടെ കണ്ണുനീരോടു ചേർന്ന്
ഞാൻ ഉറങ്ങാൻ തുടങ്ങി.

കൂട്ട്

നിന്റെ ശബ്ദം
എന്റെ ഹൃദയത്തിന്റെ മേൽക്കൂരയിൽ
ജൂൺ മാസം പോലെയാണ്.
നനഞ്ഞ ഇലകളും ചിരികളും
ഇവിടെ ചിതറിക്കിടപ്പാണ്.
നിന്റെ വിരലുകളെക്കുറിച്ച്
കാറ്റ് കവിതയെഴുതുന്നു.
നിന്റെ രഹസ്യങ്ങളെ കെട്ടിപ്പിടിച്ച്
രാത്രിയുടെ പുത്തിരിപ്പുറത്ത്
ഓർമ പുതച്ച് കിടക്കാൻ തോന്നുന്നു.
നിനക്കറിയാമോ?
എന്റെ പുൽത്തണ്ടുകൾക്കും
അസ്തമയത്തിന്റെ ശലഭങ്ങൾക്കും
നിന്റെ ചിരിയാണ്.
ഞാൻ കടൽ കാണാൻ പോകുന്നു.
കടൽ തിരിച്ച്
എന്നെ കാണാൻ വരുന്നു.
നീ മാത്രം
മണൽപ്പരപ്പിൽ ബാക്കിയാവുന്നു.
മരത്തലപ്പുകളിൽ നക്ഷത്രമുഖങ്ങൾ
തെളിയുകയും മായുകയും ചെയ്യുന്നു.
നമ്മൾ പങ്കിട്ട മഴക്കാലങ്ങൾ
ഷൂസിടാതെ ഓടിനടക്കുകയാണ്.

വാഴ്‌വിന്റെ പാപഭാരം

ഞാൻ കാത്തിരിപ്പാണ്.
ഇനിയെന്നാണ്
എന്റെ ഉള്ളംകൈയിൽ
നിന്റെ കവിത മഷി പടർത്തുക...?

നിന്നെ ഓർമിക്കാൻ

നിന്നെ ഓർമിക്കാൻ
എനിക്ക് ഹൃദയമിടിപ്പുകളുടെ
അനുമതി വേണ്ട.
നിന്നെ എഴുതാൻ
കവിതയുടെ ഇലകളും വേണ്ട.
നീയെനിക്ക്
ഞരമ്പുകളിലെ ഋതു പോലെയാണ്.
എന്റെ രക്തത്തിനടിയിലെ
മുന്തിരിയുടെ മണമാണ്.
എന്റെ ഓർമകളുടെ
നിറം മങ്ങിയ തുറമുഖമാണ്.
നിന്നെത്തിരഞ്ഞു മട്ടത്തിരിക്കുന്ന
വേരുപടലങ്ങളുടെ മാലാഖമാർ.
നക്ഷത്രങ്ങൾ തീ കായുമ്പോൾ
ഉണർന്നുകിടക്കുന്ന മുളന്തണ്ടുകൾ
എന്നെ കെട്ടിപ്പിടിക്കാൻ
നിന്റെ പാട്ടു മൂളുന്നു.
നിന്നെ ഓർമിക്കാൻ
എനിക്കൊരു പഴയ തട്ടത്തിന്റെ
നോവുന്ന ചിറകടി മതി.
മഴയുടെ കാലൊച്ച മതി.
അസ്തമയത്തിന്റെ കണ്ണുകളിലെ
നനഞ്ഞ തിളക്കം മതി.

ചിരി

പറങ്കിമാന്തോപ്പിൽ
മഞ്ഞയും ഓറഞ്ചും
ചുവപ്പും നിറമുള്ള കുട്ടിക്കാലം
ഇലയും വേരും തപ്പി
അലഞ്ഞുതിരിഞ്ഞുനടക്കുന്നു.
തോട്ടുവക്കിലെ പക്ഷികൾ
ആകാശം കൊത്തി താണുപറക്കുന്നു.
നമ്മുടെ പാദങ്ങളിൽ
ശലഭങ്ങൾ മുട്ടയിടുന്നു.
ഉറുമ്പുകൾ പാടുന്നു.
വേനലിന്റെ ചിറകുകൾ
തൂവലുകൾ പൊഴിക്കുന്നു.
എനിക്ക് തോന്നാറുണ്ട്;
വെളിച്ചത്തിന്റെ ഹൃദയം തുറന്ന
തിളങ്ങുന്ന കവിതയാണ്
നിന്റെ ചെവികളെന്ന്.
ഞാൻ അടക്കിച്ചിരിക്കുന്നു.
നീ തറപ്പിച്ചുനോക്കുന്നു.
ഞാൻ പിന്നെയും ചിരിക്കുന്നു.
മേഘങ്ങൾ നമുക്ക്
നീലിച്ച പട്ടങ്ങൾ തരുന്നു.
തോട്ടം പകലിനെ
ചുരുട്ടിയെടുക്കുമ്പോഴും
കാറ്റിന്റെ മരത്തലപ്പുകളിൽ
നമ്മൾ ബാക്കിയാവുന്നു.

നായകൻ

എന്റെ കഥയിലെ നായകനാരാണെന്ന്
പച്ചക്കുളത്തിന്റെ കണ്ണാടിപ്പായൽ
ഒച്ചയടക്കി ചോദിക്കുന്നു.
എന്റെ നടത്തങ്ങളിൽ
പുൽത്തണ്ടുകൾ മേട്ടുകൾ തുന്നുന്നു.
കവിതയുടെ വരികളോരോന്നും
എന്നെ നോക്കി കണ്ണിറുക്കുന്നു.
കരിയിലക്കിളികളുടെ ചിറകടിയിൽ
സൂര്യൻ വിറയാർന്നു നിൽക്കുന്നു.
വഴിയിൽ പമ്മിയിരിക്കുന്ന
കള്ളത്തൊട്ടാവാടികൾ
ആരും കാണാത്ത പാളിനോട്ടം കൊണ്ട്
എനിക്കു പിന്നിൽ നായകനെ തിരയുന്നു.
മഴയുടുത്ത ഭൂമിയെ കെട്ടിപ്പിടിച്ച്
ഞാൻ വാക്കുകൾ പകുത്തെടുക്കുന്നു.
പാടുന്ന തെങ്ങുകൾക്ക്
ഉറുമ്പുകൾ താളം പിടിക്കുന്നു.
എന്റെ പൂക്കൾക്കെല്ലാം
എന്റെ വാസനയാണ്.
എന്റെ ചിരികൾക്കെല്ലാം
എന്റെ വെളിച്ചമാണ്.
മേഘങ്ങളുടെ ഉടുപ്പുകൾ
ഇലകളിലേക്ക് ഊരി വീഴുന്നു.
അക്കേഷ്യക്കൊമ്പിലെ കൂട്ടിൽ
വെയിൽ മയങ്ങിക്കിടക്കുന്നു.

വാഴ്വിന്റെ പാപഭാരം

എന്റെ ചെരിപ്പുകളിൽ
ഋതുക്കൾ അനങ്ങുന്നു.
കുളക്കടവിൽ കിടന്ന് ഞാൻ
പായലുകളെ ഉമ്മവെച്ചു പറയുന്നു;
എന്റെ കഥയിലെ നായകൻ
ഞാൻ തന്നെയാണെന്ന്.

ബാങ്ങ്റ്റാൻ* ബലൂണുകൾ

പാടങ്ങളുടെ തേങ്ങലും
ഇടറിയ ശ്വാസവും
കുടഞ്ഞിട്ട വൈക്കോൽ കൊണ്ട്
ഒരു ചിരിക്കുന്ന തൊപ്പിയുണ്ടാക്കി
തേഹ്യുങ്
സൂര്യന്റെ തലയിൽ വെച്ചു.
യൂൻഗിയുടെ മുറിവുകളിൽ
ശലഭങ്ങൾ കൂടു പൊട്ടിച്ചു.
എന്റെ കണ്ണുകൾക്ക്
ശരത്കാലത്തിന്റെ തെളിച്ചമായിരുന്നു.
പാട്ടു പടർന്ന കടലാസുകൾ
ഇല പോലെ കൊഴിഞ്ഞുവീണു.
പാറിപ്പറന്നു.
നാംജൂനിന്റെ കൈ പിടിച്ച്
കടലുകൾ വന്നു.
പട്ടാളത്തൊപ്പിക്കടിയിൽ

---

* ദക്ഷിണ കൊറിയൻ ബോയ് ബാൻഡായ ബി.റ്റി. എസ്സിന്റെ മുഴുവൻ പേര് ബാങ്ങ്റ്റാൻ സോന്യോൻദാൻ എന്നാണ്. “ബാങ്ങ്റ്റാൻ” എന്ന കൊറിയൻ പദത്തിനർഥം “ബുള്ളറ്റ്പ്രൂഫ്” എന്നാണ്.

കിം തേഹ്യുങ് (വി), മിൻ യൂൻഗി (ഷുഗ), കിം നാംജൂൻ (റാപ് മോൺസ്റ്റർ അഥവാ ആർ.എം.), കിം സോക്ജിൻ (ജിൻ), ജങ് ഹോസോക് (ജെ-ഹോപ്), ജൊൻ ജൊങ്ഗുക് (ജങ് കുക്), പാർക് ജിമിൻ (ജിമിൻ) എന്നിവർ ബി.റ്റി.എസ്. അംഗങ്ങളാണ്. വി ഒരു ദരിദ്രകർഷകകുടുംബത്തിൽ നിന്നുമാണ് വരുന്നത്. ഷുഗ വിഷാദത്തെ അതിജീവിച്ചയാളാണ്. ജിന്നും ജെ-ഹോപ്പും ഇപ്പോൾ സൈനികരാണ്.

വാഴ്‌വിന്റെ പാപഭാരം

കവിത പോല നിഴലിച്ച സോക്ജിന്നിനെ
ഞാൻ വെളിച്ചം കൊണ്ട് കെട്ടിപ്പിടിച്ചു.
പിന്നെ
മീനുകളുടെ സ്വർഗത്തിലേക്ക്
കത്തയച്ച്
പവിഴപ്പുറ്റുകളിലെ
വിളക്കുകൾ കൊളുത്തി
കപ്പൽ കയറ്റിവിട്ടു.
വിട പറയാൻ നേരം ഹോസോക്കും
മഴയെ കൂട്ടുപിടിച്ചിരുന്നു.
ഈർപ്പമുള്ള ഹൃദയങ്ങൾക്ക്
എപ്പോഴും
പാട്ടിന്റെ മണമാണ്.
വെളിച്ചത്തിന്റെ ബലൂണുകൾ
ശ്വാസത്തിന് താളംപിടിച്ചു.
ജോങ്ഗുക് ഉറങ്ങിക്കൊണ്ടിരുന്നു.
കിനാവുടുത്ത മാലാഖമാർ
മണ്ണിനെ ഉമ്മവെച്ചു.
കാടുപിടിച്ച തീവണ്ടിപ്പാതകളിൽ
ഓർമകളുടെ ജിമിൻ
ആകാശംവരെ അലഞ്ഞു.
വസന്തഖനികൾക്കപ്പുറം
വിശപ്പ് കണ്ണാടി നോക്കി.
മരിച്ചുപോയ വേരുകൾക്കായി
തോട്ടുകൾ പാഞ്ഞെത്തി.
ഉയിർപ്പിന്റെ തുടിപ്പുകൾക്ക്
പൂക്കളുടെ ശബ്ദം.
രക്തത്തിന്റെ സംഗീതം.

പന്നൽബാലിക*

വിടർന്ന കണ്ണുകളുള്ള മുയൽ
നക്ഷത്രങ്ങളുടെ ഭാണ്ഡവുംപേറി
കിതച്ചുകിതച്ചുവരുന്നു.
എന്റെ മടിയിൽ
നനഞ്ഞ മീനുകൾ
സുഖമായി ഉറങ്ങിക്കിടക്കുന്നു.
ചെമ്പൻകരടികൾ പാടുന്നു.
ചെന്നായ്ക്കളുടെ ഉമ്മകൾ
കവിൾത്തടത്തിൽ മിന്നുന്നു.
എനിക്കിനി എങ്ങോട്ടും പോകണ്ട.
കാട്ടുതാറാവിനോട്
കഥ പറഞ്ഞുകൊണ്ട്
ഞാനിവിടെ ഇരിക്കും.
പന്നൽച്ചെടികളുടെ വിരിപ്പിൽ
വെളിച്ചത്തോടൊത്തുറങ്ങും.
കാടിന്റെ ധമനികളിലൊഴുകുന്നത്
എന്റെ ചുവന്ന കവിതയാണ്.
ഇവിടെ പൂക്കൾക്ക്
ചിറകടിയുടെ തുടിപ്പാണ്.
കാട്ടുപഴങ്ങളുടെ ആകാശത്ത്
ആരോ ചിത്രം വരയ്ക്കുന്നു.
ഈർപ്പമുള്ള ഓർമകളിൽ

---

* സോവിയറ്റ് നാടോടിക്കഥകളിലെ ഒരു കഥാപാത്രമാണ് പന്നൽബാലിക. അവൾ പന്നൽച്ചെടികളിൽ നിന്നും പിറന്നു.

വാഴ്വിന്റെ പാപഭാരം

അരുവികൾ പ്രതിഫലിക്കുന്നു.
അടിത്തട്ടിൽ നിറയുന്നുണ്ട്...
ശ്വാസത്തിന്റെ തിളക്കം

നെയ്മറും ഞങ്ങളും

വഴുതിവീണ നെയ്മറിനെ
ഞങ്ങൾ പിടിച്ചെഴുന്നേൽപ്പിച്ചു.
എന്നിട്ടൊരു സിനിമയ്ക്ക്
കൂട്ടിക്കൊണ്ടുപോയി.
ഞങ്ങളുടെ പോപ് കോൺ മുഴുവൻ
നെയ്മർ മിണ്ടാതെ തിന്നു.
കണ്ണുകളിൽ പാതി ചിരി മിന്നിച്ച്
ഞങ്ങൾ പരസ്പരം നോക്കി.
സിനിമ കഴിഞ്ഞ് നെയ്മറും ഞങ്ങളും
തെരുവിന്റെ മേലെയിരുന്നു.
മഞ്ഞ മഞ്ഞ നക്ഷത്രങ്ങൾ
ആകാശത്ത് കെട്ടിപ്പിടിച്ചു.
പൊട്ടിയ കാൽമുട്ടുകളിൽ
രാപ്പാടി ഉമ്മവെച്ചു.
വേദനിക്കുന്ന സ്വപ്നങ്ങൾ
ഓടയിൽ നീന്തിത്തുടിച്ചു.

വാഴ്വിന്റെ പാപഭാരം

ഞങ്ങളുടെ ഓർമകൾ
നനവൂറി കരിമ്പനടിച്ച വലിഞ്ഞു.
വഴിതെറ്റിയ നിശാശലഭങ്ങൾ
നെയ്യാറിന്റെ മുടിയിൽ ചേക്കേറി.
ഞങ്ങളെല്ലാവരും കൈ പിടിച്ചു.
മണ്ണിൽ വിരലോടിച്ച്
രാത്രിയുടെ വരികളെ തൊട്ടു.
ഇലകളുടെ ധമനികളിൽ
കവിത നേർങ്ങനെ തുടിച്ചു.
പാദങ്ങളിൽ പൂക്കളും
മുത്തുക്കളും ഒഴുകിയിറങ്ങി.
തെരുവോരത്തെ
വിളക്കുകളുടെ തോട്ടിൽ
കടലാസുതോണികൾ
പടിഞ്ഞാറോട്ടു നീങ്ങി.
ആരവങ്ങളൊഴിഞ്ഞ മൈതാനം പോലെ
മനസ്സ് നീലിച്ചു മങ്ങി.
ഞങ്ങൾ വീണ്ടും
തോളിൽ കൈ ചുറ്റിയിട്ട്
നെയ്യാറിന്റെ കണ്ണുനീർ തുടച്ചു.

ലാ ലീഗയിൽ ബാഴ്സ ചാംപ്യൻമാരാകുമ്പോൾ

ലാ ലീഗയിൽ
ബാഴ്സ ചാംപ്യൻമാരാകുമ്പോൾ
വേരുപടലങ്ങളിൽ പക്ഷികളുണരുന്നു.
അസ്തമയത്തിന്റെ കുന്നുകൾക്കപ്പുറം
വെളിച്ചം മറിഞ്ഞ പരപ്പുകളിൽ
ഹൃദയത്തിന്റെ ഭൂപടങ്ങൾ നിവരുന്നു.
മരിച്ച തെരുവിന്റെ മൂലയിൽ
കാലുകൾ നഷ്ടപ്പെട്ട കുട്ടി
മഞ്ഞിത്തെളിഞ്ഞൊന്ന് ചിരിക്കുന്നു.
ആ രാത്രിയിൽ
ഭൂമിയുടെ അറ്റത്തെ കൊടുമുടിയിൽ
ആരോ പൂത്തിരി കത്തിക്കുന്നു.
ഉറങ്ങാൻ പോയ മഴകൾ
പെരുമ്പറ കൊട്ടിക്കൊണ്ട്
ചിരിച്ചുകരഞ്ഞ് പാഞ്ഞുവരുന്നു.
വലക്കണ്ണികളിൽ ചുവപ്പുമീനുകൾ
ആനന്ദത്തിലേക്ക് പിടഞ്ഞുതുള്ളുന്നു.
ഓർമയുടെ നെരിപ്പോടുകൾ
ചാരം കുടഞ്ഞു പതുക്കെ
തെളിച്ചത്തിലൊരു
കവിത കൊളുത്തുന്നു.
ചഷകങ്ങളിലെ വീഞ്ഞ്
മിന്നുന്ന ശലഭങ്ങളായി

വാഴ്‌വിന്റെ പാപഭാരം

ആത്മാവിലേക്ക് പറന്നുപൊങ്ങുന്നു.
ലാ ലീഗയിൽ
ബാഴ്സ ചാംപിയൻമാരാകുമ്പോൾ
തോൽവിയും ദുഃഖവും കിരീടം ചൂടുന്നു.
സൗരയൂഥത്തിലങ്ങോളമിങ്ങോളം
തെരുവുവിളക്കുകൾ തെളിയുന്നു.
വിളക്കുകാലിനു ചുവട്ടിൽ
പെൺകുട്ടി പന്താടുന്നു.
കടലുകളുടെ ഭാഷയിൽ
പാട്ടുകൾ തിരയടിച്ചുയരുന്നു.
ഉയിർപ്പിന്റെ മൈതാനവും
മിടിപ്പുകളുടെ ഗാലറിയും
ആകാശം നോക്കി
കെട്ടിപ്പിടിച്ചിരുന്ന്
വരികളലിയുന്ന ഒരു കവിത മൂളുന്നു.

മുടിപ്പിന്നൽ

സൂര്യന്റെ ജനലരികിൽ നിന്ന്
അവൻ മുടി പിന്നുന്നു.
മുടിയിഴകൾക്കിടയിൽ കരിയിലകളും
തവിട്ടുചിറകുകളുമനങ്ങുന്നു.
അവൻ മുടി പിന്നുമ്പോൾ
വെയിൽ മുഖമുയർത്തുന്നു.
തോടിന്റെ വേരുകളിൽ
മീനുകൾ വീടുണ്ടാക്കുന്നു.
പാടുന്ന മരങ്ങൾക്കപ്പുറം
ആർക്കോ വെളിപാടുണ്ടാകുന്നു.
അവന്റെ മുടിപ്പിന്നലിൽ
വേനൽമഴ ചിതറിവീഴുന്നു.
നീലഭ്രൂമിയുടെ കണ്ണാടിയിൽ
ആത്മാവു പ്രതിഫലിക്കുന്നു.
അവൻ മുടി പിന്നുമ്പോൾ
അവന്റെ മുടി ചിരിക്കുന്നു.
കൽപ്പടവുകളുടെ നിശ്വാസത്തിൽ
പായലുകളലിയുന്നു.
കാൽപ്പാടുകൾ തെന്നുന്നു.
മുടി പിന്നിക്കെട്ടി അവൻ
വെളിച്ചത്തിന്റെ പൂക്കൾ തിരുകുന്നു.
പുഞ്ചിരി പോലെന്തോ
മിടിപ്പുകളിൽ തെളിഞ്ഞുവരുന്നു.

കൊച്ചുകൊച്ചക്കാലൂസ്

മെറി-ഗോ-റൗണ്ട്

നിനക്ക്
കൊച്ചക്കാലൂസിനെ അറിയാമോ?
മെറി-ഗോ-റൗണ്ടുകൾ ശൂന്യമാകുമ്പോൾ
ആകാശത്തോടും
കുതിരകളോടും മിണ്ടാൻ വരുന്ന
കൊച്ചുകൊച്ചക്കാലൂസിനെ?
അവന്റെ
ചെരിപ്പില്ലാത്ത പാദങ്ങളിൽ
മൺതരികൾ പാടാൻ ശ്രമിക്കുന്നു.
മെറി-ഗോ-റൗണ്ടിലെ കുതിരക്കുട്ടി
അവനെ നോക്കിച്ചിരിക്കുന്നു.
മങ്ങാതെ നിൽക്കുന്ന പൂക്കൾ
അസ്തമനസൂര്യനെ കക്കുന്നു.
കൊച്ചുകൊച്ചക്കാലൂസ് പിന്നെയും
മെറി-ഗോ-റൗണ്ടിനെ കെട്ടിപ്പിടിക്കുന്നു.

പകൽ

ആടുകളെ തൊട്ടുരുമ്മി
കൊച്ചക്കാലൂസ് നടക്കുന്നു.
അവന്റെ മുടിച്ചുരുളുകളിൽ
ആട്ടിൻകുട്ടി ഉമ്മവെക്കുന്നു.
മലഞ്ചെരിവിലെ വെയിൽ
അരുവിയിൽ തുള്ളിച്ചാടുന്നു.

മീനുകളുടെ പാട്ടുകച്ചേരി
വെള്ളാരങ്കല്ലുകളിൽ പ്രതിധ്വനിക്കുന്നു.
കൊച്ചുകൊച്ചുക്കാലൂസിനെ
നോക്കിനോക്കി
പുൽത്തണ്ടുകൾക്ക്
കണ്ണു കഴയ്ക്കുന്നു.
അവന്റെ
വീണു പൊട്ടിയ കാൽമുട്ടിൽ
മഞ്ഞ ശലഭങ്ങൾ
തത്തിക്കളിക്കുന്നു.

വിളക്ക്

കൊച്ചുകൊച്ചുക്കാലൂസിന്
വിളക്കുകളാണിഷ്ടം.
വെളിച്ചത്തിന്റെ ചില്ലുകളിൽ
അവൻ
ചിരി പുരട്ടിവെക്കുന്നു.
വിളക്കുകളുടെ ഒഴുക്കിൽ
ചിറകുകൊണ്ട് നീന്തുന്നു.
കരഞ്ഞുപോകുമ്പോഴൊക്കെയും
വിളക്കെടുത്ത് തുടയ്ക്കുന്നു.
അടുത്തിരിക്കുന്ന
പേരറിയാത്ത കുട്ടിന്
തേങ്ങലടക്കി മരുന്നുവെക്കുന്നു.

കൃഷി

പാടങ്ങളുടെ ഹൃദയം
കൊച്ചുക്കാലൂസിന്റെ കൈയിലാണ്.
വിരലുകൾ കൊണ്ടവൻ
മണ്ണിനെ ഉണർത്തുന്നു.
മേഘത്തെപ്പോലും നനയ്ക്കുന്നു.
അവന്റെ പിണക്കം മാറ്റാൻ
വിത്തുകൾ മുളയ്ക്കുന്നു.
കൊച്ചുകൊച്ചുക്കാലൂസ്
വെയിലിലേക്ക് വഴുതുന്നു.

ഇല പോലെ നിന്നവൻ
വേരിനെ ചെന്നുതൊടുന്നു.

തെരുവ്

തണുത്ത തെരുവിൽ
കൊച്ചുകൊച്ചക്കാല്യൂസ്
കണ്ണുനീരു കൊണ്ട്
സ്വപ്നങ്ങളെ പുതപ്പിക്കുന്നു.
മുറിവുകളെ തലോടി
അവൻ വീണ്ടും പുഞ്ചിരിക്കുന്നു.
തെരുവിന്റെ പ്രേതങ്ങളെ
അവൻ നൃത്തം പഠിപ്പിക്കുന്നു.
മഴയെയും മഞ്ഞിനെയും വരെ
അരുമയോടെ പുതപ്പിൽ കൂട്ടുന്നു.
അവന്റെ ഉപ്പുകവിളുകളിൽ
കടൽത്തീരം മുഖംനോക്കുന്നു.
നിനക്കിപ്പോൾ കൊച്ചക്കാല്യൂസിനെ
ഓർമവരുന്നുണ്ടാവും...
നക്ഷത്രങ്ങളും പിടിച്ച്
ഭൂമി മുഴുവനും ഓടിനടക്കുന്ന
കൊച്ചുകൊച്ചക്കാല്യൂസിനെ.

പുലരാൻനേരം

നേരം പുലരുകയാണ്.
ഇരുട്ടിന്റെ പിന്നാമ്പുറത്ത്
നിഴലുകൾ കൂട്ടംകൂടി
കത്തിച്ചുകളഞ്ഞ പെൺകുട്ടി
ചാരത്തിന്റെ ഗർഭപാത്രത്തിൽ നിന്നും
കോടതിയിലേക്ക് പിറന്നുവീഴുകയാണ്.
അവളുടെ ആദ്യത്തെ കരച്ചിലിൽ
കാൽപ്പാടുകളുടെ കോണിൽക്കിടക്കുന്ന
നീലിച്ച ഭരണഘടന
താനേ തുറന്നുവരുന്നു.
അകലെ, മലകളിൽ
ഓർമകളുടെ പള്ളിമണിയുടെ കയറിൽ
തൂക്കിലേറ്റപ്പെട്ട കവി
രക്തം ചുവയ്ക്കുന്ന വരികളായി
താഴ്‌വരയുടെ ഇലകളിലേക്ക്
ഒലിച്ചിറങ്ങുന്നു.
കൽത്തുറുങ്കിലെ ഗായകസംഘം
കത്തുന്ന പാട്ടു കൊണ്ട്
ചുമരിലെ വിള്ളലുകളെ വലുതാക്കുന്നു.
രാത്രിയുടെ കണ്ണുകൾ തുറക്കുന്നു.
ആകാശത്തിന്
കാലുറച്ചുതുടങ്ങുന്നു.
ഭൂപടത്തിലെ മണൽത്തരികൾ
നിയമങ്ങളുടെ
ചൂഴ്ന്നെടുക്കപ്പെട്ട കണ്ണുകളിൽ

ചെന്നുകുത്തുന്നു.
ഉഴുത മണ്ണിലെ അസ്ഥികൂടങ്ങളുടെ
പൊട്ടലുകൾ വീണ കൈകൾ
നക്ഷത്രങ്ങളെ പിടിക്കാൻ
ഉയർന്നുവരുന്നു.
പത്രക്കടലാസുകളിലെ
ചോരത്തുള്ളികൾ
മഷിയായി ഉയിർക്കുന്നു.
ഓടയിലെ മീനുകൾ
സൂര്യനെയുംകൊണ്ട്
തിരിച്ചുനീന്തുകയാണ്.
നേരമിനി
പുലർന്നേ തീരൂ.

ആംഫോറേ*

അസ്തമയത്തിന്റെ തുറമുഖം
മിന്നിമിന്നിക്കത്തിക്കിടക്കുന്നു.
വെളിച്ചത്തിന്റെ ജനൽപ്പാളികൾ
പാതി തുറന്നു ചിരിക്കുന്നു.
കോസിലെ പെൺകുട്ടിയുടെ
ചുവന്ന മുടിച്ചുരുളുകളിൽ
സൂര്യന്റെ തുണ്ടുകൾ കൂടുകൂട്ടുന്നു.
പട്ടണത്തിന്റെ പെയിന്റിംഗുകളിൽ
വിളക്കുകാലുകൾ സ്ഥാനംമാറുന്നു.
മഴയുടെ തോർന്ന ഹൃദയത്തിൽ
ചില്ലുകൾ പൊട്ടിക്കരയുന്നു.
ഗലിയയിലെ പോരാളിയുടെ
മിന്നുന്ന വാൾത്തലപ്പിൽ
ഒരു ശലഭം വിശ്രമിക്കാനിരിക്കുന്നു.
വീഞ്ഞു നിറയെ
കവിതയുടെ മുന്തിരികൾ.
ഒലിവെണ്ണയുടെ പരപ്പിനടിയിൽ
നിലാവിന്റെ തോട്ടം.
പൂമീനുകൾ ചെകിളയിൽ
കൊണ്ടുനടക്കുന്ന കടൽ.
ഓർമകളുടെ പുൽമേട്ടിൽ,
പക്ഷികളുണ്ടാക്കിയ തുറന്ന കല്ലറയിൽ
ഗലിയയിലെ പോരാളി മരിച്ചുകിടക്കുന്നു.

---

* റോമൻ സാമ്രാജ്യത്തിൽ വീഞ്ഞ്, ഒലിവെണ്ണ, മീൻ തുടങ്ങിയവ അയയ്ക്കാനുപയോഗിച്ചിരുന്ന കുറ്റൻ ഭരണികളാണ് ആംഫോറേ.

വാഴ്‌വിന്റെ പാപഭാരം

പടച്ചട്ടയുടെ പൊട്ടലുകളിൽ നിന്നും
രക്തം പൂക്കളായി ഉയിർക്കുന്നു.
ചുണ്ടുകൾ കൊണ്ട് അക്ഷരം മാഞ്ഞ
ഒരു കത്ത് പാറിക്കളിക്കുന്നു.
മെഴുതിരികളൊന്നൊന്നായി കത്തിച്ച്,
പ്രത്യാശ വിരിച്ച് കോസി*ലെ പെൺകുട്ടി
പരവതാനിപ്പുറത്ത് കാത്തിരിക്കുന്നു.
നക്ഷത്രങ്ങളുടെ ഉറുമാലിൽ
കടൽ ഉമ്മകൾ തുന്നുന്നു.
കളിമണ്ണിലെ ചിത്രങ്ങളിൽ
നഷ്ടം മിന്നിമായുന്നു.

* കോസ് ഒരു ഗ്രീക് ദ്വീപാണ്. ഫ്രാൻസിലെ ഒരു പ്രദേശമാണ് ഗലിയ. ഇവിടങ്ങളിലെ ആംഫോറേ കണ്ടെടുക്കപ്പെട്ടിട്ടുണ്ട്.

ജൂലായ് മാസം

ആകാശത്തിന്റെ നിഴൽ
കണ്ണുകളിൽ മഷി പടർത്തി.
അതെ, അന്ന്
ജൂലായ് മാസമായിരുന്നു.
കാഫ്കയുടെ തൊപ്പി
എന്റെ ജനൽപ്പടിയിൽ കിടന്നു.
നീ പറഞ്ഞു,
മഴ നടന്നുതുടങ്ങിയെന്ന്.
എന്റെ കിടക്കയുടെ ചുവട്ടിൽ
കറുത്ത പൂച്ച
ഉറങ്ങാതെ കിടന്നു.
ചിറകടികളുടെ ഉടുപ്പിൽ
സൂര്യന്റെ കൊളുത്ത് പൊട്ടി.
എഴുതപ്പെട്ടതും അല്ലാത്തതുമായ
എല്ലാ വ്യസനങ്ങളും
നമ്മുടെ ചായക്കോപ്പയുടെ
വക്കിൽ പറ്റിപ്പിടിച്ചു.
ജൂലായ്
മൂളിപ്പാട്ടുകളുടെ മാസമാണ്.
താഴെവീണ പുസ്തകം
തറക്കല്ലുകളിൽ ഞരങ്ങി.
പൂച്ച മെല്ലെ ജനലിലൂടെ
തൊപ്പി വെച്ച് പറന്നുപോയി.
വെളിച്ചത്തെ തടഞ്ഞുപിടിക്കാൻ
നീയൊരു കുട നിവർത്തി.

വാഴ്‌വിന്റെ പാപഭാരം

കാഫ്ക കരഞ്ഞുകൊണ്ടിരുന്നു.
തെരുവിനുതാഴെ കടൽ
മണൽത്തരികളിൽ മന്ത്രവാദം നടത്തി.
എന്റെ അസ്ഥികളിലൂടെ
മെഴുതിരികൾ ഉരുകിയൊലിച്ചു.
ഭൂമിയുടെ മുടിയിഴകളിൽ
ഇലകൾ ഉമ്മവെച്ചു.
നമ്മൾ തനിച്ചായിരുന്നു.
വിശന്നുമരിച്ച കുട്ടികൾ
വാതിൽക്കൽ മുട്ടിവിളിച്ചു.
കറുത്ത ദേവാലയത്തിൽ
നിർത്താതെ മണി മുഴങ്ങി.
കാഫ്ക എഴുന്നേറ്റു.
ഞാൻ താളുകൾ വലിച്ചുകീറി
അക്ഷരങ്ങൾ കടിച്ചുതിന്നു.
മിടിപ്പുകളിൽ നിന്നും ഒളിച്ചോടിയ
ചില്ലുഹൃദയം
ശവപ്പറമ്പിൽ മരം നട്ടു.
നിന്റെ ചെവികളിൽ
തുമ്പികൾ നൃത്തം ചെയ്തു.
നമ്മൾ നിഴലുകളുടെ സുവിശേഷം
ഉറക്കെയുറക്കെ വായിച്ചു.
പൂച്ചയുടെ കൈയും പിടിച്ച്
മഴ നടന്നു മുറ്റത്തെത്തി.
ജൂലായ് മാസം
ചിരിക്കുകയോ കരയുകയോ ചെയ്തു.
ഒന്നുറപ്പാണ്;
അന്ന് നമ്മൾ
ശലഭങ്ങളായിരുന്നില്ല.

കീറ്റ്സ് മരിച്ചപ്പോൾ

കീറ്റ്സ് മരിച്ചപ്പോൾ
കവിതയുടെ വാരിയെല്ലുകളിൽ
ഹേമന്തത്തിന്റെ ഇലകളറ്റു.
കാറ്റിന്റെ കമ്പികളിൽ
പക്ഷിയുടെ വിരലുകൾ നിശ്ചലമായി.
അന്നേ ദിവസം, കടൽത്തീരത്ത്
ഭൂമി ആകാശം നോക്കിക്കിടന്നു.
കീറ്റ്സ് മരിച്ചത്
വെയിലിന്റെ അരുവിയിൽക്കിടന്നാണ്.
അയാളുടെ ആത്മാവിനെ വഹിക്കാൻ
മീനുകൾ പാറിവന്നു.
വെള്ളാരങ്കല്ലുകളുടെ ശ്വാസം
അയാളെ ഉറക്കത്തിലേക്കു മുക്കി.
സൂര്യന്റെ പുൽത്തണ്ടുകൾ
കീറ്റ്സിനായി പ്രാർഥന പാടി.
അയാളുടെ ഹൃദയം പതുക്കെ
ഓളംവെട്ടിയടങ്ങി.
വേരുകളുടെ തോണി
കീറ്റ്സിനെ കോരിയെടുത്തു.
മലയിടുക്കിനപ്പുറം
ചുവന്ന പൂക്കൾ പൊട്ടിക്കരഞ്ഞു.
കീറ്റ്സ് മരിച്ചപ്പോൾ
എല്ലാ ഋതുക്കളും
ഇലകളിൽ എഴുതപ്പെട്ടു.
മണ്ണിന്റെ ഓർമകളിൽ

വാഴ്‌വിന്റെ പാപഭാരം

വിഷാദം ഉറവ പൊട്ടി.
വരികൾക്കിടയിൽ ഒരു കൊച്ചുകുട്ടി
കീറ്റ്സ് മരിച്ചുവോയെന്ന്
സംശയിച്ചുനിന്നു.

മഴയെ തിരയാൻ

ഏത് മേഘം കൊണ്ട്
മുഖം പൊത്തിയിരുന്നാലും
ഏത് കാട്ടുവേരിന്റെ
ഹൃദയത്തിലൊളിച്ചാലും
നിന്നെ ഞാൻ കണ്ടുപിടിക്കും.
നിന്റെ നനവുകളിലെ
ഇലമണത്തിന്റെ ചുവടുപിടിച്ച്
ഞാൻ വരും.
കാരണം, കവിത
എന്റെ രക്തത്തിനു നൽകിയ
വാഗ്ദാനമാണ് നീ.
നിന്റെ പേരിൽ,
അക്ഷരങ്ങളുടെ വിടവിൽ
ഞാനെന്റെ പായലുകൾ വളർത്തും.
ഇരുട്ടിന്റെ മലയിടുക്കിൽ നിന്നും
നിന്നെ കണ്ടെടുക്കും.
നിന്റെ മുഖത്ത്
വെളിച്ചം കോരിയൊഴിക്കും.
എന്റെ കുട ചുരുട്ടി
ഞാൻ നിന്നെ അടിക്കും.
നിന്റെ മുറിവുകളിൽ
മരുന്നു പുരട്ടി
എന്റെ ഹൃദയം കീറി വെച്ചുകെട്ടും.
നിന്നെക്കുറിച്ചു മാത്രം
ഞാനെന്റെ ഞരമ്പുകൾ മീട്ടി പാടും.

വാഴ്‌വിന്റെ പാപഭാരം

നീ മരിച്ചുപോയെന്ന്
ഞാനെന്റെ മറവിയോട്
നുണ പറഞ്ഞു ചിരിക്കും.
നിന്റെ മുടിയിഴകളെ ഞാൻ
മിന്നൽപ്പിണരുകൾക്കൊപ്പം
അഴിച്ചുവിടും.
നിനക്കു വേണ്ടി ഞാൻ
പൂക്കളെ ചതിക്കും.
ഏത് സൂര്യന്റെ മയക്കത്തിൽ
മറഞ്ഞിരുന്നാലും നിന്നെ
പിടിച്ചുവലിച്ചു ഞാൻ കൊണ്ടുപോകും...
എന്റെ മേൽക്കൂരകളിലേക്ക്.

ജൂലി പ്രിയപ്പെട്ട ജൂലി*

ജൂലി,
നീ പാടിയപ്പോഴൊക്കെയും
മലനിരകൾ പുഞ്ചിരിച്ചിട്ടുണ്ട്.
നിന്നെ കേൾക്കാൻ
കൊച്ചരുവി നിശബ്ദമായിട്ടുണ്ട്.
പള്ളിമേടയിൽ നിന്നും വാനമ്പാടികൾ
അറിയാതെ താളം പിടിച്ചിട്ടുണ്ട്.
നിനക്കുവേണ്ടി മാത്രം
ഭൂമി ശ്വാസമെടുത്തിട്ടുണ്ട്.
ജൂലി, നിന്നെ ചിരിപ്പിക്കാൻ
മരവും പാറയും നൃത്തം ചെയ്തിട്ടുണ്ട്.
ചിം ചിംനി
ചിം ചിംനി
ചിം ചിം ചെറീ...
ചിമ്മിനിത്തുപ്പുകാരുടെ സ്വർഗത്തിൽ
കരി പിടിച്ച നക്ഷത്രങ്ങൾ
മിന്നിമിന്നി പൊട്ടിച്ചിരിക്കുന്നു.
നീ തൊട്ടുമ്പോൾ പട്ടണം
വിളക്കുകളുടെ മാലയാകുന്നു.
ചിം ചിംനി
ചിം ചിംനി

---

* ദ സൗൻഡ് ഓഫ് മ്യൂസിക്കിലെ (The Sound of Music)" മരിയ, "മേരി പോപ്പിൻസിലെ (Mary Poppins)" മേരി തുടങ്ങി, ലോകസിനിമയിലെ എക്കാലവും തിളക്കമാർന്ന നായികമാരെ പാടിയും ആടിയും അഭിനയിച്ചും അനശ്വരരാക്കിയ കലാകാരിയാണ് ജൂലി ആൻഡ്രൂസ്.

വാഴ്‌വിന്റെ പാപഭാരം

ചിം ചിം ചെറൂ...
ജൂലി, പ്രിയപ്പെട്ട ജൂലി,
നിന്റെ പേരിനടിയിൽ
അടിവരയിട്ടിരിക്കുന്നു;
വേനൽമഴയുടെ നീളൻ പകൽ.
നിന്നെക്കുറിച്ചോർക്കുമ്പോൾ
മഞ്ഞുകാലം തുടുക്കുന്നു.
താളുകൾ മറിയുന്നു.
ഇലകൾ പരസ്പരം
ഒച്ചയില്ലാതെ ഉമ്മവെക്കുന്നു.
ജൂലി, നിനക്കായി
പുൽത്തണ്ടുകൾ വാക്കു പഠിക്കുന്നു.
സൂപ്പർകാലി-
പൂച്ചക്കുഞ്ഞിന്റെ അടക്കംപറച്ചിൽ.
-ഫ്രാഗിലിസ്റ്റി-
മേട്ടുകളുടെ കച്ചേരി.
-കെക്സ്പയാലി-
ആകാശത്തിന്റെ പാട്ടെഴുത്ത്.
-ഡോഷ്യസ്!
അതെ, ഹൃദയത്തിൽ
ഗിറ്റാറിന്റെ ആത്മഗതം.
ജൂലി, നീ
കടൽത്തീരങ്ങളുടെ പകൽക്കിനാവാണ്.
പൂക്കളുടെ പ്രഭാതമാണ്.
ഡോ നീയാണ്.
റേയും നീ തന്നെ.
മി.
ഫാ.
സോ.
ലാ.
റ്റി.
സമാധാനത്തിന്റെ പ്രാർഥനയിലെ
ഏറ്റവും നനവുള്ള വരിയാണ് നീ.
റ്റി, ലാ, സോ, ഫാ, മി, റേ, ഡോ.
നിന്റെ കാൽപ്പാടുകളാണ്, ജൂലി,

വേരുകളെ ഉണർത്തിയിരുത്തുന്നത്.
എന്നും.
രാത്രിയാകുമ്പോൾ ഇനിയും നീ
കവിതയുടെ തിരി കൊളുത്തണം.
മരങ്ങൾ തോറും കയറിയിറങ്ങി
പഴവും നിലാവുമടർത്തണം.
കനവുകളുടെ തോണി മറിച്ചിട്ട്
വറ്റാത്ത പാട്ടിൽ മുക്കണം.
അന്നേരം, മലനിരകൾ
ഉയിർത്തെഴുന്നേറ്റ്
വീണ്ടും പറയും;
ജൂലി, പ്രിയപ്പെട്ട ജൂലി!
നീ പാടുമ്പോഴാണ്
നാളെയാകുന്നത്.

നീ വീട്ടിലേക്കു വന്നില്ല

നീ വീട്ടിലേക്കു വന്നില്ല.
നിന്നെയും നോക്കിയിരുന്ന
ഈ ജനൽപ്പാളികളിലൊന്നിലും
കാത്തിരിപ്പിന്റെ വിളക്കുകളണഞ്ഞില്ല.
പാതിരാമഴ പൊട്ടിച്ചിരിച്ചില്ല.
നനഞ്ഞ ചെണ്ടകളിൽ
നക്ഷത്രങ്ങൾ മുഴങ്ങിക്കേട്ടില്ല.
നിന്റെ നിഴലിപ്പോഴും
കുടുങ്ങിക്കിടക്കുന്ന
വലക്കണ്ണികളിൽ, പറുദീസ
ചുവന്ന മീനുകളായി
ചിതറാൻ തുടങ്ങിയില്ല.
നിന്റെ കൊച്ചുകാൽപ്പാടുകൾ
നിലാവിന്റെ കവാടത്തോളം പോയി
തിരിച്ചുവന്നില്ല.
പൂക്കളൊന്നും ഉറങ്ങിയില്ല.
കാരണം, നീ
വീട്ടിലേക്കു വന്നില്ല.

ജന്മദിനം

നീ പിറന്ന അന്ന്
ഓഗസ്റ്റുമാസത്തിന്റെ ചില്ലയിൽത്തൂങ്ങി
ഞാനൊരു പാട്ടുപാടി.
കാറ്റുപിടിച്ച ആകാശം
മയക്കത്തിൽനിന്നും വഴുതിയിറങ്ങി
നിനക്കു ചേരുന്ന
ഒരു നിഴലുണ്ടാക്കി.
കുഞ്ഞുനിഴലിന്റെ വിരൽത്തുമ്പുപറ്റി
എന്റെ വെള്ളം നിറഞ്ഞ ഹൃദയം
മിടിക്കാനാകുന്നുണ്ടോയെന്ന്
ഒന്നു തിളങ്ങിനോക്കി.
നീ ചിരിക്കുകയായിരുന്നു.
നിന്റെ നനഞ്ഞ മുടിയിഴകളിൽ
സൂര്യന്റെ കിരുകിരുപ്പ്
പക്ഷിയെപ്പോലെ അനക്കംവെച്ചു.
ഞാൻ വെയിലിന്റെ തണ്ടുകളിൽ
ഈണങ്ങളൂതിയൂതി
സെപ്റ്റംബറിന്റെ വേരുകളിലേക്ക്
ഇറങ്ങിപ്പോയി.

മുന്നറിയിപ്പ്

നീ എന്റെ മുന്നിൽ വരരുത്.
നിന്റെ ശ്വാസം കീറിയെടുത്ത്
ഞാനെന്റെ കവിതയുടെ
കറയിൽ മുക്കിവെക്കും.
നിന്റെ കണ്ണുകളിൽ
എന്റെ തീ മാത്രം
കോരിനിറയ്ക്കും.
നീ എന്നെ പേടിക്കണം.
നിന്റെ ധമനികൾ വലിച്ചുമുറുക്കി
ഞാൻ കാട്ടുചെടികൾ കൊണ്ടു കെട്ടും.
ഭൂമി പിളർത്തി കടലിനെ തുറന്നുവിടും.
നിന്റെ ഹൃദയത്തിന്റെ താളുകൾ
ഒന്നൊന്നായി അടർത്തി
മടക്കിയെടുത്ത് ഞാൻ പോവും...
നീ പോലുമറിയാതെ.

മൈതാനത്തിന്റെ അറ്റത്തു നിൽക്കുന്ന ഒരു ഗോൾകീപ്പർ മറ്റേ അറ്റത്തുനിൽക്കുന്ന ഗോൾകീപ്പർക്ക് എഴുതുന്നത്

നിന്റെയും എന്റെയും
പേരുകൾ വേറെയാണ്.
നമ്മുടെ നാട്ടും വീട്ടും ഭാഷയും വേറെ.
പക്ഷേ, നമ്മുടെ ഹൃദയങ്ങൾ
മിടിച്ചുകൊണ്ടിരിക്കുന്നത്
നമ്മുടെ കൈയുറകളിലാണ്.
നമ്മുടെ കണ്ണുകളിൽ പ്രതിഫലിക്കുന്നത്
ഒരേ മൈതാനം, ഒരേ ആകാശം.
നിന്റെ ക്ലീറ്റ്സിലെ ഭൂമിയുടെ
മന്ത്രണങ്ങൾ തന്നെയാണ്
ഞാനും കേൾക്കുന്നത്.
എന്റെ നെഞ്ചിടിപ്പിന്റെ ആഴമാണ്
സ്റ്റേഡിയത്തിനു മീതെ നീ കാണുന്നതും.
നമ്മുടെ മൈതാനത്തെ ഇടയ്ക്കിടെ
മൂടൽമഞ്ഞ് ഹൃദയത്തിലമർത്തുന്നുണ്ട്.
ആ തണുത്ത തുടിപ്പുകളിൽ

വാഴ്വിന്റെ പാപഭാരം

നമ്മൾ പൈൻമരങ്ങളായിപ്പോകുന്നുണ്ട്.
ചിലപ്പോൾ നമ്മൾ
ഇനിയുള്ള ജീവിതം മുഴുവൻ
ഇങ്ങനെത്തന്നെ നിന്നേക്കാം...
അന്തിമഞ്ഞിന്റെ പർവ്വതമുനമ്പിൽ.
അന്ന് ഞാൻ നിനക്കായി
എന്റെ ചില്ലകൾ കൊണ്ട് പാട്ടു കെട്ടും.
നമ്മൾ തൊട്ടുതൊട്ടുനിൽക്കും.
പാറക്കല്ലുകൾ പിളർത്തി
നീലജലത്തിലേക്കു വേരിറക്കും.
ഞാൻ കാക്കുന്ന ഗോൾവലയെ
നിന്റെ ടീമംഗങ്ങൾ
തീയിട്ടു തുളച്ചു വേദനിപ്പിക്കുന്നു.
നിന്റെ വലയിൽ എന്റെ ടീമംഗങ്ങൾ
നക്ഷത്രങ്ങൾ കെട്ടുമുടിക്കുന്നു.
നമുക്കു മതിയാക്കാം.
ഉറയിട്ട കൈകൾ കോർത്ത്
മലമുകളിലേക്കോടിപ്പോകാം.
ഞാൻ പറയുന്നതു സത്യമാണ്.
അവിടെ ഞാൻ നിനക്ക്
എന്റെ ഇലകളൂറ്റി രക്തം നിറച്ച്
കവിതകളുണ്ടാക്കിത്തരും.
ഉറപ്പ്.

ഐസ് ലോലി

ജൂൺമാസത്തിന്റെ
നീലിച്ച ഐസ് ലോലി
എന്റെ ഓർമകളിലിരുന്ന്
തണുതണുത്ത മധുരമൊലിപ്പിക്കുന്നു.
മഴയുടെ വരാന്തയിൽ
ഒരു ക്ലാസ്മുറി മാത്രം
ഇപ്പോഴും ഒറ്റപ്പെട്ടു പ്രതിബിംബിക്കുന്നു.
ഒരു തുണ്ടംചാരി
നിന്റെ കറുത്ത വിശപ്പ്
മണ്ണിലെ ഉറവകളെണ്ണിക്കൊണ്ട്
തനിച്ചുനിൽക്കുന്നു.
എനിക്കറിയാം, ഭൂതകാലം
കവിതകളുടെ തലക്കെട്ടാണെന്ന്.
മഴനനയുമ്പോൾ മരച്ചില്ലകൾക്ക്
ഐസ് ലോലിയുടെ രുചി തോന്നുമെന്ന്.
എന്റെ കൈവെള്ളയിലെ കുണുകൾക്ക്
ഇടിമുഴക്കം പേടിയാണ്.
അവയുടെ നിഴലുകളിലൊരു കാട്
പണ്ടത്തെപ്പോലെ പാടാൻ ശ്രമിക്കുന്നു.
നിന്റെ ചെളിപുരണ്ട കാൽപ്പാടുകളിൽ
മരണം ഒച്ചകേൾപ്പിക്കുന്നു.
ഞാൻ പിന്നെയും ഞെട്ടിയെണീക്കുന്നു.
വെള്ളത്തിന്റെ ഹൃദയത്തിൽ
വിഷാദം കെട്ടിക്കിടക്കുന്നു.
നീയും നിന്റെ വിശപ്പും

അതിലൂടെ പിന്നോട്ടു നടക്കുന്നു.
എന്റെ ഞെട്ടറ്റ ഞരമ്പുകളിൽ
ഓർമകൾ ഊറിയിറങ്ങുന്നു.
എന്റെ പേക്കിനാക്കളിൽ നിന്നും
നിന്റെ വിശപ്പിലേക്കൊഴുകുന്നുണ്ട്;
അതേ പഴയ
ജൂൺമാസത്തിന്റെ ഐസ് ലോലി.

നീ മരിച്ചു

നീ മരിച്ചു.
നീ രാത്രിയുടെ നീലമഷി
വാർന്നുവാർന്നു തീരുംവരെ
നീ എഴുതിക്കൊണ്ടിരുന്നു.
നിന്റെ താളുകൾക്കത്രയും
ഇരുട്ടിന്റെ മണമായിരുന്നു.
പല നിറങ്ങളൊലിക്കുന്ന ഇരുട്ട്.
എനിക്കോർമയുണ്ട്.
നിന്റെ കണ്ണുകളിൽ ഇടയ്ക്കിടെ
വാക്കുകൾ പ്രതിഫലിച്ചിരുന്നു.
പിന്നോട്ടു തിരിയുന്ന നിന്റെ വാച്ച്
എന്റെ ഹൃദയത്തിന്റെ
നനഞ്ഞ വാതിൽപ്പടിയിൽ
മരിക്കാതെ തകർന്നുകിടപ്പുണ്ട്.
എന്നിട്ടും, നീ മരിച്ചു.
നിന്റെ ചുണ്ടുകളിൽ റാന്തൽവെട്ടം
മുറിവുകളായി ചിറകൊതുക്കി.
ഓർമയുടെ മുദ്രകളിൽ
ശലഭങ്ങൾ കല്ലറയുണ്ടാക്കിക്കളിച്ചു.
കറുത്ത തൊപ്പിക്കുള്ളിൽ
ഇരുട്ട് വെളുത്തിരുന്നു.
മരണത്തിന്റെ കോടതിയിൽ
നീ തലകുനിച്ചിരുന്നു.

വാഴ്‌വിന്റെ പാപഭാരം

എന്റെ നിഴലിന്റെ ഉടുപ്പിൽ
മഷിയുടെ കറ ചിരിച്ചു.
നീലിച്ചനീലിച്ച്
പല്ലടർന്നൊരു ചിരി.

ദുഃഖത്തിന്റെ രണ്ടാംപകുതി

വയലിൻ വായിക്കുന്ന
പതിനേഴുകാരിയുടെ കഴുത്തിൽ
ഒരു വലിയ പാറ്റയിരിക്കുന്നു.
കറുത്ത കൊമ്പുകൾ വളച്ച്
അതവളെ ഉമ്മവെക്കുന്നു.
മന്ത്രണങ്ങളുടെ വീട്ടിൽ
ആകുലതയുടെ ജനൽപ്പാളികൾ
കാറ്റത്ത് തുറന്നടയുന്നു.
ഒരു രൂപാന്തരീകരണ*ത്തിന്റെ
നനഞ്ഞുഭാരിച്ച ഭാണ്ഡവുംപേറി
മൗനിയായ ക്രിസ്മസ്
നാടുവിട്ടു നടന്നകലുന്നു.
നീറുന്ന പാദമുദ്രകളിൽ
വിശപ്പിന്റെ കറകൾ
ഓർമകളിലേക്കു പടർന്നുചേരുന്നു.
കാലത്തിന്റെ അടച്ചിട്ട മുറിക്കുള്ളിൽ
ചതഞ്ഞമർന്ന ഒരു ജീവിതം
സംഗീതത്തെപ്പറ്റിയെന്തോ
സ്വപ്നം കാണുന്നു.
ചീഞ്ഞ ആപ്പിളുകളും
ഇല്ലാതായ ഹൃദയമിടിപ്പുകളും
ഇരുട്ടിന്റെ നൂലിൽത്തൂങ്ങി

---

* ഫ്രാൻസ് കാഫ്കയുടെ "ദ മെറ്റമോർഫോസ്സ് (The Metamorphosis)" എന്ന പുസ്തകത്തിന്റെ വായനാനുഭവത്തെ ആസ്പദമാക്കിയുള്ളതാണ് ഈ കവിത.

നക്ഷത്രങ്ങളിലേക്കു സഞ്ചരിക്കുന്നു.
രോമക്കുപ്പായമിട്ട ഒരസ്ഥികൂടം മാത്രം
ചുമരിലെ ചിത്രത്തിലിരുന്ന്
ചിരിക്കാൻ ശ്രമിക്കുന്നു.

മറക്കാൻ

നിന്നോടെനിക്ക്
വെറുപ്പുണ്ടായിരുന്നു.
പക്ഷേ, നിന്നെ നഷ്ടപ്പെടാൻ
ഞാനൊരിക്കലും ആഗ്രഹിച്ചിരുന്നില്ല.
നീലമഴകൾ കൂട്ടിത്തുന്നി
ഞാനുണ്ടാക്കിയ കഥയിൽ
ഒരുപിടി മുത്തായിരുന്നു നീ.
നിന്റെ മിടിപ്പുകളുടെയും
നക്ഷത്രങ്ങളുടെയും അർഥം
എനിക്കറിയാമായിരുന്നു;
കവിതയോളം തെളിച്ചത്തിൽ.
നനഞ്ഞൊലിച്ച മരിക്കാറായ
കറുത്ത തെരുവിലൂടെ
എപ്പൊണൈൻ* കരഞ്ഞുകൊണ്ട്
ഒറ്റയ്ക്ക് നടന്നുപോകുന്നു.
അവളുടെ മുറിവുകളിൽ
ഞാൻ വിരലോടിക്കുന്നു.
രക്തത്തിന്റെ പാട്ടുപുസ്തകത്തിൽ
വീചികൾ വലിഞ്ഞുനീളുന്നു.
നിന്റെ വിരലടയാളങ്ങൾ
എന്റെ ഉടുപ്പിന്റെ നിശ്വാസങ്ങളിൽ
മുഖംപൊത്തി കരയാൻ തുടങ്ങുന്നു.
പൂക്കൾ വേരിനോട് നുണ പറയുന്നു.

---

* വിക്ടർ ഹ്യൂഗോയുടെ “പാവങ്ങൾ” നോവലിലെ കഥാപാത്രമാണ് എപ്പൊണൈൻ. ഒരിക്കലും സഫലമാകാത്ത പ്രണയത്തിനുവേണ്ടി അവൾ രക്തസാക്ഷിയായി.

വാഴ്‌വിന്റെ പാപഭാരം

ചാഞ്ചാട്ടങ്ങളുടെ കൊട്ടാരത്തിൽ
നതാഷ[*]യിരിക്കുന്നു.
തിരിച്ചുകിട്ടാത്തതിനുവേണ്ടിമാത്രം
അവളുടെ മെഴുതിരികളുരുകുന്നു.
അവളുടെ കണ്ണുകളിൽ
വെളിച്ചം കല്ലറയൊരുക്കുന്നു.
നീയെനിക്ക് പേനയായിരുന്നു.
മഴനിറച്ചൊരു കൂർത്ത പേന.
എന്റെ കീറിയ ഹൃദയത്തിൽ
അക്ഷരങ്ങൾ പറിഞ്ഞുതുളുങ്ങുന്നു.
കവിതയുടെ വരികൾ കറയാകുന്നു.
റീമ[**]യുടെ ചിറകുകളെ
തീ കിരീടം ചൂടിക്കുന്നു.
അവൾ നിലവിളിക്കുകയാണ്.
നഷ്ടത്തിന്റെ പ്രേതങ്ങൾ
അവളുടെ സംസ്കാരത്തിന്
വയലിൻ വായിക്കുമായിരിക്കും.
നിന്റെ കത്തിമുനയിൽ നിന്നും
ഞാൻ അകന്നുപോയിരിക്കുന്നു.
പതുക്കെപ്പതുക്കെ നീ മറന്നുപോകും;
എന്റെ ഞരമ്പുകളിൽ
കുത്തിവരയ്ക്കാൻ,
എന്റെ വാക്കിനു താളാവാൻ,
എന്നെ കരയിപ്പിക്കാൻ,
മഴസൂര്യന്റെ പിന്നിൽ മറഞ്ഞുനിന്ന്
എന്നെ നോക്കിക്കൊണ്ടിരിക്കാൻ.
നീ മറക്കും...
എന്നേക്കും.

---

* ലിയോ റ്റോൾസ്റ്റോയിയുടെ "വാർ ആൻഡ് പീസ് (War and Peace)" നോവലിലെ കഥാപാത്രമാണ് നതാഷ. അവൾ പ്രണയത്തെ എന്നേക്കുമായി നഷ്ടപ്പെടുത്തുകയും പിന്നീട് പശ്ചാത്തപിക്കുകയും ചെയ്തു.

** ഡബ്ല്യു.എച്ച്. ഹഡ്സന്റെ "ഹരിതമന്ദിരങ്ങൾ" നോവലിലെ കഥാപാത്രമാണ് റീമ. തീയിൽപ്പെട്ട് മരിക്കുമ്പോൾ അവൾ പ്രണയത്തിന്റെ പേരു ചൊല്ലി അലമുറയിട്ടു. എന്നാൽ, പ്രണയം അവളെ രക്ഷിച്ചില്ല.

പോരാട്ടം

കൊടുങ്കാറ്റിന്റെ കൊട്ടാരത്തെ
കാട്ടുപൂക്കൾ വളഞ്ഞിരിക്കുന്നു.
ഓടിപ്പോയ കടുവയുടെ വരകളിൽ
മണ്ണിന്റെ ഹൃദയം പുനർജ്ജനിക്കുന്നു.
തടവറയിലെ ഇരുട്ടിൽ
വിപ്ലവകാരിയുടെ തല
പന്തമായി കത്തിജ്ജ്വലിക്കുന്നു.
ശ്മശാനത്തിലെ പൂന്തോപ്പിൽ
പുതിയ പക്ഷികൾ പിറക്കുന്നു.
മതിലുകളുടെ വേരറുത്ത്
മഴയുടെ കുന്തമുന
ഭൂമിയുടെ ആഴം തൊടുന്നു.
ചുവന്ന പെൺകുട്ടിയുടെ
പാറിപ്പറക്കുന്ന ആത്മാവിൽ
ചിരികൾ മറനീക്കുന്നു.
ഓവുചാലിലെ നക്ഷത്രങ്ങൾ
ആകാശത്തെ നോക്കി
ചിറകൊന്നു കുടഞ്ഞുനിവർത്തുന്നു.
പട്ടിണിയുടെ കുഞ്ഞുങ്ങൾ
വെളുക്കെച്ചിരിച്ചുകാട്ടി
പടവുകളൊന്നൊന്നായി ഓടിക്കയറുന്നു.
വ്രണങ്ങളുടെ താഴ്വാരത്ത്
വിത്തുകൾ കണ്ണു തുറക്കുന്നു.

വാഴ്വിന്റെ പാപഭാരം

തോക്കുകളുടെ ശബ്ദത്തെ
തിരമാലകൾ മുറിക്കുന്നു.
പവിഴപ്പുറ്റിൽ ചവിട്ടിനിന്ന്, അതാ,
രക്തസാക്ഷി പുഞ്ചിരിക്കുന്നു.

കൊലപാതകം

മലയാളം ക്ലാസിൽ
കവി മിണ്ടാതിരിക്കുന്നു.
ക്ലാസിനു മുന്നിൽ നിർത്തി
ടീച്ചർ കവിതയുടെ തുണിയുരിക്കുന്നു.
ഇലകളും തീയും ശലഭങ്ങളും
വീടു നഷ്ടപ്പെട്ട് ചിതറിപ്പറക്കുന്നു.
കവിയുടെ കണ്ണുകളിൽ നിന്നും
ഉപ്പു കൂടിയ മഷിയൊഴുകുന്നു.
മുഖം നനയുന്നു.
കവിതയെയും പിടിച്ച്
ടീച്ചർ മേശപ്പുറത്ത് കയറിനിൽക്കുന്നു.
കവിയുടെ ചുരുണ്ട മുഷ്ടിയിൽ
തീപ്പൊരികൾ പാറുന്നു.
ആകാശത്തിന്റെ അറ്റം
നെഞ്ചിടിപ്പിലേക്കു വളഞ്ഞിറങ്ങുന്നു.
ക്ലാസ്മുറിയുടെ
മരവിച്ച തറയിലേക്ക്
ടീച്ചർ കവിതയെ ആഞ്ഞെറിയുന്നു.
ഒഴുകിപ്പരക്കുന്ന രക്തത്തിൽ
ജീവിതം പ്രതിബിംബിക്കുന്നു.
ടീച്ചർ അട്ടഹസിക്കുന്നു.
കുട്ടികൾ തലകുലുക്കിക്കൊണ്ട്
എല്ലാം എഴുതിയെടുക്കുന്നു.
കവി മാത്രം

വാഴ്വിന്റെ പാപഭാരം

കവിതയുടെ മൃതദേഹത്തിലേക്ക്
ഉറ്റുനോക്കി
അനങ്ങാതിരിക്കുന്നു...
അനന്തതയുടെ അവസാനംവരെ.

യൂസിീയെൽ*

നക്ഷത്രങ്ങളുടെ നഗരം
അത്ഭുതങ്ങളെപ്പറ്റി സ്മരിച്ച്
വിഷാദം മധുരിച്ച്
മൗനമായിക്കിടക്കുന്നു.
തെരുവിൽ പന്താടുന്ന
ശലഭങ്ങളും ആത്മാക്കളും
ആകാശങ്ങളുടെ ചാറൊലിച്ച്
മഴയായി മാറുന്നു.
കടലിന്റെ വലക്കണ്ണികളിൽ
ഇതിഹാസങ്ങളുടെ തോണിപ്പാട്ടുകൾ
നനവാറാതെ തെളിഞ്ഞുകാണുന്നു.
രാത്രിയുടെ തകർന്ന മേൽക്കൂരയിൽ
ചോർന്നൊലിക്കുന്ന ഓർമയിലിരുന്ന്
ലിയനൽ മെസി
പിയാനോ വായിക്കുന്നു.

* യു.സി.എൽ. - യുവേഫ ചാംപിയൻസ് ലീഗ്

ഹിലാലി നെയ്യ

അന്ന് രാത്രി
ഒരൊറ്റപ്പോക്ക പോയതിനു ശേഷം
നിന്നെ ഞാൻ കണ്ടതേയില്ല.
നിറമൊലിക്കുന്ന ഓർമകൾ
എന്റെ ഡയറി നിറച്ചുമുണ്ട്.
വെറുപ്പിന്റെ
ഏറ്റവുമൊട്ടുവിലത്തെ കവിതയുടെ
തലക്കെട്ട്
സ്നേഹമെന്നാണ്.
നീയടുത്തുണ്ടായിരുന്നപ്പോൾ
മഞ്ഞുകണങ്ങൾക്കും
പ്ലം പഴങ്ങൾക്കും
ഒരു തുടുത്ത വൈബുണ്ടായിരുന്നു.
കരഞ്ഞുതളർന്ന്
രാത്രിയുടെ തീരത്തിരുന്നിരുന്ന നിന്നെ
ഞാൻ സിനിമയ്ക്കു കൊണ്ടുപോയത്
ഓർമയില്ലേ?
അന്ന് നമ്മൾ തിന്ന പോപ് കോണിന്
വെളിച്ചത്തിന്റെ മണമായിരുന്നു.
നിന്റെ ക്ലീറ്റ്സിന്റെ പാട്
കടലിന്റെ ഹൃദയത്തിൽ
മീനുകളെ നോക്കിച്ചിരിക്കുന്നു.
പൂക്കളുടെ കൺപീലികളിൽ
ഋതുക്കൾ മരിക്കാതിരിക്കുന്നു.

വാഴ്‌വിന്റെ പാപഭാരം

നിനക്കു സുഖമാണെന്നറിയാം.
നിലാവിന്റെ സ്വരപ്പതർച്ചയോളം
സന്തോഷമുണ്ട്.
എന്താണു പറയേണ്ടതെന്നറിയില്ല...
ഐ മിസ്സ് യു.

മിഖായേൽ

ശൈശവത്തിന്റെ
മഞ്ഞുമരങ്ങളിലേക്ക്
പൂണ്ടുകിടന്ന
നിന്റെ നീൾവിരലുകൾ
ഇലകൾ ജലത്തെ വിടർത്തുന്ന പോലെ
എന്റെ കണ്ണുകളെ
പതുക്കെ തൊട്ടു തുറന്നു.
നീ നീട്ടിയ ഗിറ്റാറിൽ
ഞാൻ ജീവിതം മീട്ടാൻ തുടങ്ങി.
സൗരയൂഥത്തിന്റെ അറ്റത്തു നിന്നും
ഒരു വെള്ളിവെളിച്ചം
എന്നെ നോക്കി പുറപ്പെട്ടു.
കൈയിൽ മുറുകെ പിടിച്ച്
നീയെന്നെ ചന്ദ്രനിൽ കൊണ്ടുപോയി
ഹൃദയത്തിന്റെ
മൂകമായ തടങ്ങളിൽ
നിലാവു കോരിനിറച്ച്
തിരികെയെന്റെ സ്വപ്നത്തിലേക്ക്
കൊണ്ടുചെന്നാക്കി.
ഇരുട്ടിൽ ഒരുമിച്ചിരിക്കുമ്പോൾ
ആത്മാവിന്റെ ഉപരിതലത്തിലേക്ക്
ചിറകടിച്ചുവീഴുന്ന ഈണങ്ങളിൽ
നമ്മുടെ ലോകം ഉറവെടുത്തു.
അവിടെ വെടിയൊച്ചകൾക്കു പകരം
പൂക്കൾ വിടരുന്ന ശബ്ദം

വാഴ്വിന്റെ പാപഭാരം

മലനിരകളിൽ മാറ്റൊലികൊണ്ടു.
കുട്ടികൾ വരച്ച ആകാശം
പല നിറങ്ങളുടെ കോറലുകൾ മായാതെ
തലയ്ക്കു മീതെ
ചിരിച്ചുകൊണ്ടു തൂങ്ങിക്കിടന്നു.
അവിടെ എല്ലാവരും
നൃത്തം ചെയ്തുകൊണ്ടിരുന്നു.
നീ എനിക്ക് വേരുപടലമായിരുന്നു.
നിന്റെ ചിറകുകളിലെ
തൂവലുകൾ നനച്ച ഞാൻ
മുഖമമർത്തി കരഞ്ഞുകൊണ്ടിരുന്നു.
നിന്നെ ആദ്യമായി കാണുമ്പോൾ
ഞാൻ അന്ധയായിരുന്നു.
അതുകൊണ്ടാകണം, ഇപ്പോഴും ഞാൻ
നിന്റെ താളുകളിലെ കറകൾ കാണാതെ
അവയ്ക്കടിയിലെ മിടിപ്പുകൾ
കേൾക്കുക മാത്രം ചെയ്യുന്നത്.
എന്റെ വിരലുകളിൽ നീയെപ്പോഴും
ഒരു പേനയിറക്കിവെച്ചു.
മഷിയിൽ മുഖംനോക്കി
നമ്മൾ പരസ്പരം ചിരിച്ചു.
ഉള്ളിലെ രക്തം
പാടുന്ന വീടിനെപ്പറ്റിയും
സംഗീതം പ്രതിഫലിക്കുന്ന
ജനൽപ്പാളികളെപ്പറ്റിയും
മൗനമായി ഓർമിച്ചുകൊണ്ടിരുന്നു.
എന്റെ പേരു വിളിച്ച് നീ
മരുഭൂമിയിലൂടെ
എന്റെ പിന്നാലെ ഓടി.
തിരിഞ്ഞുനോക്കുമ്പോൾ
എന്റെ തലയ്ക്ക്
ഒരു മണൽക്കാറ്റിന്റെ
കനമുണ്ടായിരുന്നു.
ചുവന്നുവാടിയ മുഖങ്ങൾ
ആക്രോശങ്ങളുടെ ലോകത്തു നിന്നും

വാഴ്‌വിന്റെ പാപഭാരം

കണ്ണുനീരിന്റെ നക്ഷത്രങ്ങളിലേക്ക്
നിശബ്ദം തിരിച്ചുപിടിച്ച്
മഴയുടെ അതിർത്തിയിൽ
നമ്മൾ കെട്ടിപ്പിടിച്ചുനിന്നു.
നമ്മുടെ വേരുകളിലൂടെ
വെളിച്ചത്തിന്റെ മുത്തുകൾ
ഭൂമിയുടെ കണ്ണുകളിലേക്കുർന്നിറങ്ങി.
മഞ്ഞുകണങ്ങളുടെ കച്ചേരിയിൽ
നീ വീണ്ടും നൃത്തം തുടങ്ങി.
നിന്റെ നോട്ടത്തിൽ നിന്നും
ഒരു നനഞ്ഞ പുഞ്ചിരി
എന്റെ മുഖത്തേക്കു വീശി.
ആ വെള്ളിവെളിച്ചം
അടുത്തെത്താറായി.
പ്രത്യാശയുടെ ആഴിയിൽ
അമ്പിളിയുടെ ഉയിർപ്പുണ്ടായി.

കാണാൻ തോന്നാ...

ന്താ ന്നറിയില്ല,
കാണാൻ തോന്നാ...
ചെലപ്പൊ നീ
ന്റെ ഹ്വദയത്തിന്റെ ധമനികളഴിച്ചുവിട്ട്
കവിതേടെ മേളില്
കേറിയിരിക്കുന്നതോണ്ടാവും.
നിന്റെ ശബ്ദം
ന്റെ ചെവികളില്
എപ്പോഴും കെടന്ന് ചിരിക്കാറുണ്ട്.
ന്റെ ആത്മാവിന്റെ
ഏതോ ഒരു പേജ്
നിന്റെ ഡയറിക്കുള്ളിൽ
പെട്ടുപോയിട്ടുണ്ടെന്ന് തോന്നുന്നു.
പാടിത്തീർത്ത രാത്രികളിൽ
ഓളംവെട്ടിയോളംവെട്ടി
ഓർമേടെ വല
അങ്ങനെ കെടക്കാ...
അതിന്റെ കണ്ണികൾടെടേക്കൂടെ
നിന്റെ വിരലുകൾ
ന്റെ കൺപീലികളിലേക്ക്
ഒഴുകിയെറങ്ങാ.
ഭൂമീടെ കൈപ്പിടീന്ന്
ചോന്ന പൂക്കൾ വാങ്ങീട്ട്
നീയും ഞാനുംകൂടി
അസ്തമയത്തിന്റെ മുഖത്തേക്ക്

വാഴ്‌വിന്റെ പാപഭാരം

കോരിയെടുത്ത വസന്തങ്ങളല്ലോ...
അതിന് മഷീടെ മണാണ്.
ന്റെ ഉള്ളംകൈയില്
നീ വെച്ചുതരുന്ന വാക്കുകൾടെ മണം.
ഒറ്റയ്ക്കാകുമ്പഴൊക്കെ
ന്റെ ഏകാന്തതയാണ് നീ.
എഴുതുമ്പഴും കൈമാറുമ്പഴും
ന്റെ വികാരങ്ങൾടെ തലക്കെട്ടും.
മഴ മറിയുമ്പഴും വെയില് ചാറുമ്പഴും
നിക്ക് നിന്നെ കാണാൻ തോന്നാ...
എല്ലാ ഇലകൾടടീലും
ശലഭങ്ങളിരുന്നൊറങ്ങാ.
ഒറക്കത്തില്,
നിലാവത്ത് പാട്ടുംപാടി നടക്കുന്ന
രണ്ട് പെൺകുട്ടികളെ സ്വപ്നം കാണാ.
അവരടെ
ഇറുക്കിപ്പിടിച്ച കൈകളില്
ഒറ്റഹൃദയം
അങ്ങനെ താളംപിടിക്കാ...

സീതാംഗോളി*

പട്ടണത്തിന്റെ പ്രാന്തങ്ങളിൽ
വിളക്കുകൾ മാലാഖമാരെ വിളിച്ച്
ഒരു നനഞ്ഞ കച്ചേരി നടത്തി.
ഓർമകളുടെ ചില്ലുപാളിയിൽത്തട്ടി
എനിക്കു വെളിപാടുകളുണ്ടായി.
ആദ്യത്തെ കവിതയുടെ
മധുരമാഘോഷിക്കാൻ
ഞാൻ രാത്രി പട്ടണത്തിൽച്ചെന്ന്
നിലാവിന്റെ വീഞ്ഞും വാങ്ങി മടങ്ങി.
എന്റെ ഹൃദയത്തിൽക്കിടന്ന്
ഇരുണ്ട റോഡ് ഓളംവെട്ടി.
അതിലൂടെ ഭ്രമകൽപനകൾ
നക്ഷത്രങ്ങളിലേക്കു കയറി.
പട്ടണത്തിന്റെ അധരങ്ങൾ
എന്റെ രക്തത്തിൽ മഷി മുത്തി
വെളിച്ചത്തിനോടു ഭ്രാന്തെടുത്തു.
സൗന്ദര്യത്തിന്റെ പൊരുളുകൾ
കൺപീലികളിൽ ചിറകാർന്നു.
സംഗീതത്തിന്റെ കണ്ണുനീരിൽ
രാത്രിയെ മുക്കി ഞാൻ
കാലത്തിനു നേരെ
കാറിന്റെ ചില്ലു താഴ്ത്തിവെച്ചു.
ക്രമം തെറ്റിയ താളുകൾ

---

* കാസറഗോഡ്, മായിപ്പാടിക്കടുത്തുള്ള കുഞ്ഞുപട്ടണമാണ് സീതാംഗോളി.

കഥാന്ത്യത്തിൽ നിന്നും
ഉയിർപ്പിന്റെ തലക്കെട്ടിലേക്ക്
ഉന്മാദമെടുത്തു പാഞ്ഞു.
അകലെ, വീണ്ടും
വിളക്കുകളുടെ മാല ഹൃദയത്തിൽച്ചുറ്റി
പട്ടണം പ്രത്യക്ഷമായി.
ഞാൻ ഞെട്ടിയുണർന്നു.

മാഡ് ഹാറ്റർ*

എന്റെ പേരിന്റെ പിന്നാമ്പുറത്ത്
തുറക്കുമ്പോൾ മൂളുന്ന
ഒരു പഴകിയ മരക്കതകുണ്ട്.
അതിനപ്പുറം ഒരിരുണ്ട പൂന്തോട്ടം.
അവിടെ
തലകുത്തി വളരുന്ന ചുവന്ന കൂണുകൾ.
പൂക്കളിൽ നിന്നുയരുന്ന
വിഭ്രമിപ്പിക്കുന്ന പുകച്ചുരുളുകൾ.
അതിൽ പാതിനിലാവായി
ആകാശം.
ഞാൻ
ആണോ പെണ്ണോ അല്ല.
ഞാനുണ്ടാക്കുന്ന തൊപ്പികൾക്ക്
കഥ പറയാനറിയാം.
എന്റെ പൂച്ചയ്ക്കു ചിരിക്കാനറിയാം.
എനിക്ക്
കാടിനു നടുവിൽ തീൻമേശയിട്ട്
വിരുന്നുസൽക്കാരങ്ങൾ
നടത്താനറിയാം.
ആദിയിൽ വെളിച്ചമുണ്ടായപ്പോൾ
അതിന്റെ ഓരംപറ്റി
ഭൂമിയുടെ നനഞ്ഞ പായലുകളിൽ

* 2010-ൽ ടിം ബർട്ടന്റെ സംവിധാനത്തിൽ പുറത്തിറങ്ങിയ അമേരിക്കൻ ചിത്രം, വാൾട്ട് ഡിസ്നിയുടെ ലൈവ്-ആക്ഷൻ "ആലിസ് ഇൻ വണ്ടർലാൻഡിലെ (Alice in Wonderland)" കഥാപാത്രമാണ് മാഡ് ഹാറ്റർ (ജോണി ഡെപ്പ്).

വാഴ്‌വിന്റെ പാപഭാരം

ആരും കാണാതെ
ഞാനുമുണ്ടായി.
എനിക്കു ഭ്രാന്താണെന്ന്
എല്ലാവരും പറയും.
എന്റെ ഏകാന്തതയ്ക്ക്
നക്ഷത്രങ്ങളുടെ തെരുവിലെ
വെടിക്കെട്ടിന്റെ പ്രഭയുണ്ട്.
വിധിയുടെ മുഖത്തടിച്ചു ഞാൻ
സ്വർഗങ്ങൾ നടുങ്ങുമാറ്
പൊട്ടിച്ചിരിക്കുന്നു.
കവിതയുടെ മൂടൽമഞ്ഞിൽ
ഞാൻ തനിച്ചു നിൽക്കുന്നു.
എന്റെ വിരൽത്തുമ്പുകളിൽ
വേരുകളുടെ പിയാനോ
ഉന്മാദത്തിലേക്കു തരിക്കുന്നു.
എനിക്കു കിനാക്കളെ
യാഥാർത്ഥ്യത്തിലേക്ക്
തള്ളിയിടാൻ കഴിയും.
എന്റെ അസ്ഥികൾ പാടുന്നുണ്ട്.
രക്തം ചിരിക്കുന്നുണ്ട്.
കുട്ടികൾ കരയുമ്പോൾ
എന്റെ കവിളുകളിലൂടെ
കണ്ണുനീരിന്റെ ഞരമ്പുകളോടുന്നു.
യുദ്ധഭൂമികൾ വിറയ്ക്കുമ്പോൾ
ഞാൻ പിന്നെയും മരിക്കുന്നു.
എന്റെ ഉടുപ്പിന്റെ കണ്ണാടിയിൽ
ലോകം മുഖംനോക്കുന്നു.
ഇരുട്ടിന്റെ വാഴ്‌വയിൽ
അത് മരവിച്ചുപോയാലും
മുഷ്ടി ചുരുട്ടി
വേദനയുടെ ചില്ലുപാളികൾ
ഇടിച്ചുതകർത്ത്
ഞാൻ തൊണ്ടപൊട്ടി
പാടിക്കൊണ്ടിരിക്കും...
നിർത്താതെ.

പനയക്ഷി

ഗ്രാമത്തിന്റെ അതിർത്തിയിൽ
ഒരു പൂത്ത പന നിൽക്കുന്നു.
കഴിഞ്ഞയാഴ്ച മരിച്ചൊരു പെൺകുട്ടി
അതിൽ താമസമുണ്ട്.
വഴിയേ കടന്നുപോകുന്നവരെ
അവൾ നോക്കാറേയില്ല.
വയലിനെ കൊത്തിപ്പറിക്കാൻ
വെയിലിൽ നിന്നും കത്തിയിറങ്ങുന്ന
മയിലിനോടാണവൾക്കു കൂട്ട്.
മഞ്ഞപ്പൂക്കൾക്കിടയിൽ
അവളിരിക്കുന്നതു കാണുമ്പോൾ
അവൾ യക്ഷിയാണെന്ന്
ആരും തിരിച്ചറിയാറില്ല.
അവൾ ചുണ്ടുകൾ കോട്ടി, മുഖം തിരിച്ച്
അവിടെ നിന്നെഴുന്നേൽക്കും.
ബി.റ്റി.എസ്സിന്റെ പാട്ടും പാടി
ഉച്ചത്തിലും നീളത്തിലുമോട്ടം.
ആ ഓട്ടത്തിന്റെ മുഴക്കം
പക്ഷികളെപ്പോലും നിശബ്ദരാക്കും.
ഒരു ദിവസം അവൾ
ഓരോ വീട്ടിലും കയറിയിറങ്ങി
വരാന്തയിൽ തലയിടിച്ചു കരഞ്ഞു.
അവൾ പുസ്തകങ്ങൾക്കു വേണ്ടി
യാചിക്കുകയായിരുന്നു.
ആർക്കും അവളെ മനസ്സിലായില്ല.

വാഴ്‌വിന്റെ പാപഭാരം

മഷിക്കുവേണ്ടിയുള്ള ദാഹം
അവളുടെ തൊണ്ടയിൽ
പൂത്തിരി കത്തിച്ചുകൊണ്ടിരുന്നു.
അവളുടെ മയിൽ അവളെയും കൂട്ടി
പുൽമേടിന്റെ ഹൃദയം തേടിപ്പോയി.
മയിലിന്റെ ചെവികൾ തിരഞ്ഞുപിടിച്ച്
അവൾ നെരൂദയുടെ കവിതകൾ
ആഴത്തിൽ മൂളിക്കൊടുത്തു.
അവളുടെ ജീൻസിലെപ്പോഴും
ചെളിയുടെ പ്രണയം ആറാതെ കിടക്കും.
വെളുത്ത തുണികളോട്
അവൾക്കു വെറുപ്പാണ്.
ഇരുട്ടും ചോരയും കാണുന്നത്
അവൾക്കു പേടിയാണ്.
രാത്രിയിൽ അവൾ പനയുടെ തുഞ്ചത്ത്
നക്ഷത്രങ്ങളിൽ പിടിച്ചുതൂങ്ങിക്കിടക്കും.
പിടി വിട്ടാൽ അവൾ
ഇരുട്ടിലേക്കു വീഴും.
ഉടലിലെ മുറിവുകളിൽ അവൾ
പുഞ്ചിരിയുടെ കീറുകൾ കെട്ടിവെക്കും.
വയലിലെ ചേറിന്റെ അഴകിൽ
പന്തുകെട്ടി അവൾ മെസ്സിയാകുന്നു.
മയിലും ഇലകളും സൂര്യനും
അവൾക്കുവേണ്ടി ആർപ്പുവിളിക്കുന്നു.
പനയുടെ തണുപ്പ്
അവൾക്കു മടുത്തിരിക്കുന്നു.
ഇപ്പോൾ അവൾ
ഓർമിക്കാൻ ഒരു പിടി പൂക്കൾ
തലയ്ക്കകത്ത് വാരിനിറച്ച്
മയിലിന്റെ നാട്ടിലേക്കോടിപ്പോകാൻ
നിശബ്ദം പദ്ധതിയിടുകയാണ്.

ദുഃഖാർത്തമായ പ്രാർഥന

സ്റ്റേഡിയത്തിൽ കളി നടക്കുമ്പോൾ
വീട്ടിൽ കിടന്നുറങ്ങുന്ന നാട്ടുകാർക്ക്
ഒരിക്കലും മാപ്പ കൊടുക്കാനാവില്ല.
ഗാലറികളിൽ കടൽ വേണം.
ഹൃദയമെടുത്ത് കമ്പിൽ കൊരുത്ത്
പതാകകൾ ഉയർന്നുപാറണം.
കളിയുടെ താളത്തിനനുസരിച്ച്
പെരുമ്പറകൾ ഇടി മുഴക്കണം.
പല ഭാഷകളിൽ ഒരേ പാട്ട്
സ്റ്റേഡിയത്തെ ഭ്രമിയാക്കണം.
മൈതാനത്ത് നമ്മുടെ കളിക്കാർ
സ്വപ്നങ്ങളിൽ തീയുരയ്ക്കുകയാണ്.
ഗോൾവലയുടെ പ്രകമ്പനങ്ങളിൽ
അവരെ നേരെ നിർത്താൻ
നമ്മുടെ ജീവനും വെളിച്ചവും
ഉയരങ്ങളിൽ വെടിക്കെട്ടാകണം.
നമ്മുടെ ആയിരം തലകളിലെ
അണയാത്ത പന്തങ്ങൾ
തോൽവിയെ പൂക്കളാക്കണം.
അതിജീവനത്തിന്റെ വർണവിളക്കുകൾ
ജീവിതത്തിന്റെ പാതിയിൽ
ഗോൾവരയോളം ചിറകടിക്കണം.
അതുകൊണ്ട്, ഇനിയെങ്കിലും
സ്റ്റേഡിയത്തിൽ കളി നടക്കുമ്പോൾ
ആരും വീട്ടിൽ കിടന്നുറങ്ങാതിരിക്കുക.

പ്രോബ്ലം ചൈൽഡ്

അവന്റെ ഏകാന്തതയ്ക്ക്
ഐതിഹാസികമായ പേരുകളുണ്ട്.
അവന്റെ ദ്വീപ്, ചരിത്രത്തിലേക്ക്
മുന്തിരിവള്ളികൾ പടർത്തിയിട്ടുണ്ട്.
അവന്റെ കാലിലെ പന്തിൽ
നക്ഷത്രങ്ങൾ പോലെ കാണുന്നത്
മിന്നാമിനുങ്ങുകളല്ല...
ഉറക്കം നഷ്ടപ്പെട്ട രാത്രികളുടെ
ചിതറിയ ഭ്രമകൽപനകളാണ്.
ആകാശവും ഭൂമിയും
കഴിയുംപോലെ തടഞ്ഞിട്ടും
മിന്നൽപ്പിണരുകളിൽ നിന്നും
തെന്നിയൊഴിഞ്ഞുമാറി
ഇരുട്ടിന്റെ കെട്ടുപാടുകളെ
ഭ്രാന്തോടെ തകർത്തെറിഞ്ഞാണ്
അവൻ പിറന്നുവീണത്.
അവന്റെ അലറിക്കരച്ചിൽ, അന്ന്
ഇടിമുഴക്കങ്ങളെ നിശബ്ദമാക്കി.
അവന്റെ നിലനിൽപ്പ്
ഒരു കലഹമാണ്.
അവന്റെ വേഗമെപ്പോഴും
കാറ്റിനും നിഴലുകൾക്കുമതീതമാണ്.
അവന്റെ ജീവിതത്തിന്റെ തട്ടു നിറയെ
ഇപ്പോൾ സ്വർണപ്പക്ഷികളാണ്.
ആ ചിറകടികൾക്കു പിന്നിൽ

വാഴ്‌വിന്റെ പാപഭാരം

അവന്റെ വിയർപ്പ്
തീയോട്ടു ചെയ്ത സമരമുണ്ട്.
അവൻ ഗ്രഹങ്ങളോടും
ആൾക്കൂട്ടങ്ങളോടും വഴക്കിടുന്നു.
അവന്റെ കണ്ണുനീരിൽ
പ്രതികാരത്തിന്റെ ഉപ്പുണ്ട്.
ചുവടുകളിൽ പ്രതിഷേധമുണ്ട്.
അവന്റെ ഉയർന്നുചാട്ടങ്ങളിൽ
പിടിവിട്ട കൊടുങ്കാറ്റിന്റെ
അപകടം നിറഞ്ഞ മനസ്സുണ്ട്.
ലോകത്തെ ഉറങ്ങാനനുവദിക്കാതെ
അവൻ ബഹളംവെച്ചു നടക്കുന്നു.
മൈതാനങ്ങളുടെ അതിർത്തിയിൽ
അവനൊറ്റയ്ക്കൊരു പടയാകുന്നു.
അവന്റെ കൈകളിൽ പൂക്കളില്ല...
ഓർമപ്പെടുത്തലിന്റെ മുള്ളുകൾ മാത്രം.
വിധിക്കുനേരെ കൊഞ്ഞനംകുത്തി
അവൻ കുതിച്ചുകൊണ്ടിരിക്കുന്നു.
അവനെ പിടിച്ചുനിർത്താൻ
ആർക്കും കഴിയില്ല.

സി. ആർ ഭക്തൻ

ഓർമകളിൽ ഒരു സി.ആർ. ഭക്തൻ
കരയാൻ മടിച്ച് തനിച്ചുനിൽക്കുന്നു.
അവന്റെ ജേഴ്സിയിൽ ഏഴാം നമ്പർ
മരണമില്ലാതെ മുനിഞ്ഞുകത്തുന്നു.
അവനെ എനിക്കറിയാം.
അവൻ അഹങ്കാരിയാണ്.
പക്ഷേ, അവന്റെ
ഉയിരു നിറയെ മുറിവുകളും
അതിനടിയിൽ കനലുകളുമുണ്ട്.
അവന്റെ ഒറ്റപ്പെടലിൽ
വിശപ്പിന്റെയും ഇരുട്ടിന്റെയും
തണുത്ത രാഷ്ട്രീയമുണ്ട്.
തോൽവിയുടെ മുഖം മാന്തിപ്പറിച്ച്
അവൻ വെളിച്ചത്തിലേക്കലറുകയാണ്.
ചുവന്ന പതാകമേൽ
അവൻ കാണുന്നത്
വൻകരകളെയല്ല, നക്ഷത്രങ്ങളെയാണ്.
ലോകം അവന്റെ തലയ്ക്കുമീതെ
ഭീഷണിയോടെ തിരയടിക്കുന്നു.
അവൻ ഇതിഹാസത്തിന്റെ നിലാവിൽ
ജലത്തിൽ നിന്നും പൂക്കൾ വാരുന്നു.
ആകാശം പൊട്ടിവീഴുന്നു.
ഭൂമിയൊരു നെടുവീർപ്പുയർത്തുന്നു.
അനന്തതയിൽ ഞാൻ
സി.ആർ. ഭക്തന്റെ കൈ പിടിക്കുന്നു.

ഒരുമിച്ച നടക്കാം...
കാരണം, ഇവിടെ, മരിച്ചുപോയ
മിന്നാമിനുങ്ങുകളിൽപ്പോലും
ഉയിർപ്പിന്റെ അണയാത്ത പന്തമുണ്ട്.

നിത്യത

അകലെ
ഒരു തീരമുണ്ടായിരുന്നു.
അവിടെ ആകാശമുണ്ടായിരുന്നില്ല...
മഴ മാത്രം.
വിസ്മൃതിയുടെ
ഇരുണ്ട വൈകുന്നേരങ്ങളിൽ
കവിൾത്തടങ്ങളിൽ മുത്തുകളുടെ പിറപ്പ്
ഉപ്പിന്റെ തണുത്ത കവിതയുണർത്തി.
നിശ്വാസത്തിന്റെ
മത്തു പിടിപ്പിക്കുന്ന മധുരം
ഞരമ്പുകളിലേക്കടിച്ചുകയറി.
അവിടെ ഞാൻ
നഷ്ടങ്ങളുടെ സമരമായി.
എന്റെ സ്വത്വം
ഏകാന്തതയുമായിച്ചേർന്ന്
അലിഞ്ഞ്,
ജനലഴികൾ വഴിഞ്ഞ്
ഒലിച്ചുകൊണ്ടിരുന്നു.
അതിന്റെ ഇറക്കങ്ങളിൽ
നക്ഷത്രങ്ങൾ
വികാരങ്ങൾക്കു പാഠമോതി.
ചിരിയുടെ ചവർപ്പൊട്ടി
അനന്തതയുടെ ഋതുക്കൾക്ക്
അളവുകളുണ്ടായി.
ഉണങ്ങിയ പൂമണങ്ങളുടെ

വാഴ്‌വിന്റെ പാപഭാരം

പുസ്തകത്തിൽ
വിഷാദത്തിന് അടിവരയിട്ട്
ഞാൻ ഭ്രാന്തിയായി.
ജലത്തിന്റെ ആത്മാവ്
മണ്ണിൽ വീണു മുങ്ങി.
വേരുകളുടെ രക്തത്തിൽ
ഇന്ദ്രജാലം
എന്നേക്കുമായി ഉറങ്ങി.
കാരണം, ഒരുപാടകലെ...
ഒരു തീരമുണ്ടായിരുന്നു.

പ്രായശ്ചിത്തം

നീ ആത്മഹത്യ ചെയ്യുകയാണെങ്കിൽ
എന്നെക്കുറിച്ചു കുറിപ്പെഴുതണം.
നിന്റെ മരണത്തിന്റെ വിടവുകളിലൂടെ
ഞാൻ മർമ്മരമായി ഒലിച്ചിറങ്ങട്ടെ.
നിന്റെ അവസാനത്തെ വരികളിൽ
എന്റെ കാൽപ്പാടുകൾ
പാപഭാരം വഹിക്കട്ടെ.
മരണമെപ്പോഴും നിന്നിൽ
മഞ്ഞു പോലെ ശാന്തമായിരുന്നു.
ആത്മഹത്യ നിനക്കു രക്ഷപ്പെടലല്ല,
എന്നേക്കുമുള്ള സമരമായിരിക്കും.
നിന്റെ ആത്മഹത്യക്കുറിപ്പിൽ
ഞാൻ ഉറങ്ങാതെ കിടക്കും.
വാക്കുകളിൽ നിന്നും
നക്ഷത്രങ്ങളെ നോക്കും.
നിനക്ക് ഇരുട്ടു ശീലമാണ്...
എനിക്കു കവിതയാണു ശീലം.
നീ ആത്മഹത്യ ചെയ്താൽ
ഇവിടെ, എന്റെ മഷിയിൽ
പ്രകമ്പനങ്ങളുണ്ടാകും.
അസ്ഥികൾ ഊരിയെടുത്തു ഞാൻ
പൊട്ടിച്ചിരിച്ചുകൊണ്ടു വീശി നടക്കും.
വിഷാദത്തിന്റെ മരം കയറി
രക്തത്തിൽ പട്ടം പറത്തും.
നിന്റെ കുറിപ്പിൽ

വാഴ്വിന്റെ പാപഭാരം

എന്റെ പല്ലുകൾ വെളിപ്പെടട്ടെ.
നുണകളുടെ രുചി
പതിഞ്ഞുകിടക്കട്ടെ.
നിന്റെ മരണത്തിന്റെ ആഘോഷത്തിൽ
എന്റെ ഹൃദയം വെടിക്കെട്ടായി
കടലിനു മീതെ പൊട്ടിച്ചിതറട്ടെ.

ഒറ്റ

ഏകാന്തത
എന്റെ അവകാശമാണ്.
അത് കവരാൻ ഞാൻ
നിന്നെ അനുവദിക്കില്ല.
എന്റെ തൊണ്ടയിലെ
മഷിയുടെ പേരാണ് ജീവൻ.
അതിന്റെ അടങ്ങാത്ത
ഓളംവെട്ടലാണ് കവിത.
നിനക്കിവിടെ സ്ഥാനമില്ല.
തനിച്ചുനടക്കുമ്പോഴാണ്
എന്റെ കാൽപ്പാടുകൾ ചിരിക്കുന്നത്.
ഞാൻ രാത്രിയിലേക്കിറങ്ങുമ്പോൾ
നീയെനിക്ക് വിളക്ക് കൊണ്ടുവരും.
നിനക്കറിയില്ലല്ലോ, ഞാൻ
ഇരുട്ടിന്റെ ആഴമളന്ന്
നിലാവിന്റെ പിറപ്പിനായി
ഉറക്കമിളച്ച് മന്ത്രവാദം
ചെയ്യുകയാണെന്ന്.
മുറിവുകളിലേക്കു ഞാൻ
വിരലുകളാഴ്ത്തുമ്പോൾ
നീയതിൽ മരുന്നു വെച്ച്
കെട്ടാൻ ശ്രമിക്കും.
മുറിവിനടിയിലെ പൂക്കളിൽ
ഞാനൊരു തുമ്പിയെ
തിരയുകയാണെന്ന്

നിനക്കൊരിക്കലും മനസ്സിലാകില്ല.
എന്റെ നട്ടെല്ലിലൂടെ
ഒരു കൊടിമരമോട്ടുന്നുണ്ട്.
ആ പതാകയുടെ
ഇളക്കങ്ങളാണു ഞാൻ.
ഭൂമിയുടെ സ്വപ്നങ്ങൾ
സാക്ഷാത്കരിക്കാൻ
ഇറങ്ങിപ്പുറപ്പെട്ടവളാണു ഞാൻ.
എന്റെ കണ്ണുകളുടെ മൂർച്ചയെപ്പറ്റി,
വാക്കുകളുടെ പ്രതികാരദാഹത്തെപ്പറ്റി,
വികാരങ്ങളുടെ തിരകളെപ്പറ്റി
നീ അമ്പരന്നുകൊണ്ടേയിരിക്കും.
കാരണം, എനിക്ക് ഭ്രാന്താണെന്നും
എന്റെ ഭ്രാന്തിന്റെ പേര്
ജീവിതമെന്നാണെന്നും
നീ എങ്ങനെ മനസ്സിലാക്കാനാണ്!

അഭയം

ക്ലാസ്മുറിയുടെ മുഖത്തേക്ക്
ഉച്ചമഴ വീശിയടിച്ചു.
പെൺകുട്ടികൾ വട്ടത്തിലിരുന്ന്
കാമുകൻമാരെപ്പറ്റി ചർച്ച ചെയ്തു.
ഞാൻ മാത്രം എന്റെ ഹൃദയത്തിന്റെ
പിൻവാതിൽ തുറന്നിറങ്ങി
ആകാശത്തിന്റെ കണ്ണുകൾക്കുമീതെ
വെളിച്ചം പോലെ ചുറ്റിത്തിരിഞ്ഞു.
ഓർമകളുടെ അടിത്തട്ടിൽ
വെള്ളാരങ്കല്ലുകൾ ഉറങ്ങിയെണീറ്റു.
പൂമണങ്ങളുടെ പുസ്തകത്തിൽ
പക്ഷികൾ മഷി വലിച്ചു.
മിന്നൽപ്പിണരുകൾ കൺപീലി വീശി
ഭ്രമകൽപനകളെ താഴെയിട്ടു.
പെൺകുട്ടികൾ എന്നെ പിടിച്ചുകുലുക്കി.
എന്റെ പ്രണയകഥ ചോദിച്ചു.
ആനന്ദത്തിന്റെ ചരിത്രത്തിലൂടെ
ചെളിക്കുട്ടികൾ ഊർന്നിറങ്ങി.
എന്റെ വിരൽത്തുമ്പുകളിൽ
ഇടിമുഴക്കം നൃത്തമാടി.
ഋതുഭേദങ്ങളുടെ വീഞ്ഞിൽ
വികാരങ്ങൾ കട്ടപിടിച്ചു.
ഇതിഹാസം കണ്ണു മിഴിച്ചു.
ഞെട്ടിയുണർന്നു ഞാൻ പറഞ്ഞു,
“എനിക്ക് റൊണാൾഡോയെ കാണണം.”

വാഴ്‌വിന്റെ പാപഭാരം

കവിതയിൽ വാഴുന്നവൾ
ഒരു പിടി പാപങ്ങളുംകൊണ്ട്
കടലിന്റെ കുമ്പസാരക്കൂട്
തിരയടിച്ചു തല്ലിത്തകർക്കുന്നു.
മഴയായി തണുപ്പിക്കാൻ
മുറിവുകളിലിറങ്ങിയ അവൾ
ഉപ്പു വാരി നിറച്ചാണ് മടങ്ങിയത്.
അവളുടെ വാക്കുകൾ
നങ്കൂരങ്ങളായിരുന്നു.
അവളുടെ നൃത്തം പോലും
ഭൂമിയുടെ കവിൾത്തടത്തിൽ
ചോരപ്പൊടിപ്പുകളുണ്ടാക്കി.
മണലിലേക്ക് കണ്ണുകളമർത്തി
അവൾ അസ്തമയത്തെ
മായ്ക്കാൻ ശ്രമിക്കുകയാണ്.
ഋതുഭേദങ്ങളുടെ ചില്ലുകളിൽ
പക്ഷികൾ സംശയിച്ചുനിൽക്കുന്നു.
അവളുടെ പവിഴപ്പുറ്റുകളിൽ
കാലം ഗിറ്റാർ മീട്ടുന്നു.
അവൾ വെളിച്ചം കൊളുത്തിയപ്പോൾ
കാട്ടുതീയുടെ സാമ്രാജ്യമുദിച്ചു.
അവളുടെ നിശ്വാസം
പൂക്കളിൽ ഇടിമിന്നലായിരുന്നു.
അവളുടെ വിരലുകൾ
നക്ഷത്രങ്ങളിൽ മായാത്ത കറയായി.

വാഴ്‌വിന്റെ പാപഭാരം

നഷ്ടങ്ങളുടെ ബൈബിളിൽ
തലകുത്തിനിന്ന് അവൾ
മീനുകളുടെ മന്ത്രണങ്ങൾ കേൾക്കുന്നു.
അവളുടെ കരളിലെ മഷിയിൽ
ഇലകൾ കൂട്ടിയാരോ വേദന തുന്നുന്നു.
ചില സമയങ്ങളിൽ
കവിതയുടെ
പേരാണ്
പാപം.

എന്റെ മാത്രം നാടോടിക്കഥ

നിന്നെപ്പറ്റി ആർക്കുമറിയില്ല.
എന്റെ ഹൃദയത്തിനും
വാരിയെല്ലുകൾക്കുമിടയിലാണ്
നിന്റെ നിലനിൽപ്പ്.
നിന്റെ ചരിത്രവും വെളിച്ചവും
ആരോടെങ്കിലും പങ്കുവെക്കണമെങ്കിൽ
എനിക്കാദ്യമെന്റെ ധമനികളെ
രക്തത്തിലെ നക്ഷത്രങ്ങളിൽ നിന്നും
പറിച്ചുമാറ്റേണ്ടിവരും.
അതുകൊണ്ട്, ഞാൻ
നിശബ്ദയാണ്.
നീ എന്റെ
നിഴലിനു വിളക്കു പിടിക്കുന്ന
നനഞ്ഞ രാത്രിയാണ്.
അനന്തതയുടെ
അവസാനത്തെ താളിൽ
ഞാൻ മഷിയൊഴിച്ച കവിത
നിനക്കു മനസ്സിലാകില്ല.
പക്ഷേ, അത്
നിന്നെക്കുറിച്ചാണ്.
വരികൾക്കിടയിലൊരു പക്ഷി
തൊണ്ടയിലെ ആകാശം പോലെ
പിടയ്ക്കുന്നുണ്ട്.

വാഴ്‌വിന്റെ പാപഭാരം

എന്റെ കൈക്കുടന്നയിലെ ഭൂമി
കടലായും ഇലകളായും ശലഭങ്ങളായും
ചോർന്നുപോവുകയാണ്.
മഴവില്ലുകൾക്കും
കണ്ണുനീരിനുമിടയിൽ ഞാൻ
നിന്റെ മുഖം പിടിച്ചുനിർത്തുന്നു.
എന്റെ ഭാഷയുടെ
തുറന്ന നിലാവിൽ
നിനക്കു നിയമങ്ങളില്ല.
എന്റെ ഹൃദയത്തിന്റെ
കോപ്പ തട്ടിമറിഞ്ഞ്
പറുദീസയുടെ രക്തം
സൂര്യനുമേൽ കറ പടർത്തുന്നു.
ഇരുട്ടിന്റെ കൺപീലികളിൽ
നീ വെളിച്ചമാണ്.
കാലം നമ്മളെ
ഒരുപാടു പിന്നിലാക്കി
ഋതുക്കളുടെ നിറവിലേക്ക്
അപ്രത്യക്ഷമായിരിക്കുന്നു.
മേൽക്കൂരയിൽ നിന്നുരുണ്ടുവീണ്
മഴ വാപൊത്തിച്ചിരിക്കുന്നു.
വേരുകൾ തീരം കവിഞ്ഞൊഴുകി
എന്റെ പുസ്തകത്തിന്റെ വക്കിലെത്തി
ഓളംവെട്ടിനിൽക്കുന്നു.
കാരണം, നിന്നെപ്പറ്റി
ആർക്കുമറിയില്ല.

www.ingramcontent.com/pod-product-compliance
Lightning Source LLC
LaVergne TN
LVHW040752051026
849519LV00007BA/2530
* 9 7 8 9 3 5 5 1 7 6 3 7 0 *